Ekibala

Ekitabo eky'okwetereeza

Dr. Jaerock Lee

Amagezi kya Dr. Jaerock Lee
Kyafulumizibwa aba Urim Books (Abakulirwa: Johnny.H.Kim)
73, Yeouidaebang-ro 22-gil, Dongjak-gu, Seoul, Korea
www.urimbooks.com

Obuyinza bwonna tubwesigaliza. Ekitabo kino oba ebitundu byakyo tebikkirizibwa kufulumizibwa nate mu ngeri yonna, oba okuterekebwa mu ngeri yonna, oba okufulumizibwa mu kika kyonna ng'okwokyesaamu, oba okunaazaamu kkoppi, awatali lukusa okuva eri abaakifulumya.

Ebyawandiikibwa byonna bisimbuddwa mu Ekitabo Ekitukuvu.

Obuyinza ku kitabo kino @ 2015 bwa Dr. Jaerock Lee
ISBN: 979-11-263-1374-7 03230
Obuyinza ku kuvvuunula @ 2013 bwa Dr. Esther K. Chung. Ng'akkiriziddwa.

Kyasooka kufuluma mu gw'okuna 2015

Kyasooka Kufulumizibwa mu Lulimi Olukoleya mu 2011 aba Urim Books e Seoul, mu Korea

Kyasunsulibwa Dr. Geumsun Vin
Kyalungiyizibwa Ekitongole Ekisunsuzi ekya Urim Books
Kyakubibwa mu Kyapa aba Prione Printing
Ayagala okumanya ebisingawo genda ku mutimbagano: urimbook@hotmail.com

"Naye amagezi agava waggulu okusooka malongoofu nate ga mirembe, mawombeefu, mawulize, agajjudde okusaasira n'ebibala ebirungi, agatalina kwawula, agatalina bunnanfuusi. Era ekibala eky'obutuukirivu kisigibwa mu mirembe eri abo abaleeta emirembe."
(Yakobo 3:17-18)

Ennyanjula

Okuyiga tekuggwayo, twetaaga amagezi buli kadde konna mu bulamu bwaffe. Bwe tubeera n'amagezi, tusobola okwewala obuzibu, oba bwe tubeera mu buzibu, tusobola okubuwangula ne tuvaayo n'ebivuddemu nga birungi. Olw'ensonga eno Engero 3:18 kye wava wagamba nti, "Ago gwe muti ogw'obulamu eri abo abagakwata, Era alina omukisa buli muntu abeera n'ago."

Zhuge Liang yali muntu mugezi nnyo. Yali muntu asoma embeera n'abaako byakola mu kiseera eky'Obwakabaka obusatu obwa China. Yali asobola okulengera ebinaabaawo mu kiseera eky'omu maaso, ng'ategeera embeera y'obudde, era ng'akyusa n'ekkubo ery'omuyaga. Liu Bei yali muntu mulamu nnyo era abantu aba bulijjo ne bamwesiga nnyo, naye teyandisobodde kubeera mu buyinza bbanga ddene kubanga yali talina magezi. Kyokka bwe yali anoonya omuwi w'amagezi kwe kufuna Zhuge Liang. Mu magezi Zhuge Liang ge yamuwa, Liu Bei mwe yasobola okukola eggwanga ery'amaanyi bwe yawangula entalo nnyingi ez'omuddiring'anwa nga n'olumu ateeseganya n'abalabe be ne wabaawo emirembe.

Naye Zhuge Liang yafuna atya amagezi ago gonna? Kyali bwe kityo lwakuba yalina omutima omulungi ogukkiririza mu Katonda, era nga teyeenoonyeza bibye. Era, olw'okuba amagezi ge yalina yali agakozesa ku lw'obulungi bw'abalala, yasobola okutegeeranga. Omuntu omugezi ng'oyo yeetaagibwa nnyo mu bantu ab'ebiseera bino nga buli kimu kigenze kikyuka mu bwangu mu buli mbeera yonna ey'obulamu, omuli eby'obufuzi, eby'enfuna, mu bitundu gye tuva, ne mu buwangwa.

Amagezi gasobola okwawulwamu ebika bibiri okutwaliza awamu. Ekisooka ge magezi aga bulijjo omuntu gaafuna okusinziira kw'ebyo byazze alaba wamu n'okusoma, so nga ekika ekirala kye ky'amagezi ag'omu ggulu agaweebwa Katonda okuva waggulu. Ekitabo kino kinyonyola ekika ky'amagezi ekisembyeyo. Omuntu ne bw'abeera mugezi eky'enkani ki, amagezi g'omuntu tegalisinga amagezi agaweebwa okuva eri Katonda.

Tusobola okufuna ebibala bingi mu bintu eby'enjawulo ebituweereddwa ne tuyamba nnyo abantu abalala bwe tufuna amagezi ag'omwoyo. N'amagezi ag'ekika kino, Abakulira ebitongole bajja kuleetera ebitongole byabwe okukula, ne bannabyabufuzi bajja kukulembera amawanga gaabwe mu mirembe n'okugagagawaza. Bwe wabaawo ebizibu bajja kulaba bulungi nnyo engeri ey'okugonjoolamu ebizibu ebyo.

Engeri ey'okufunamu amagezi ng'ago ag'eggulu ennyonyolwa mu Yakobo 3:17-18. Ekitabo kino kirimu obubaka obw'enjawulo obwabuulirwa ku, 'Magezi okuva waggulu' nga bugattiddwa mu kitabo kimu. Ekitabo kino kirina essuula munaana. Kitubuulira nti engeri ey'okufunamu amagezi ga Katonda kwe kutambulira mu butuukirivu, okubeera ow'emirembe, okusaasira n'okubeera n'ebibala ebirungi, saako okubeera n'omutima ogutayawulamu era ogutaliimu bunnanfuusi. Era, okuyita mu by'okulabirako bya bayibuli eby'abantu nga Sulemaani, Dawudi, Ibulayimu, Luusi, Yusufu, ne Danyeri, kituyigiriza ku ngeri ey'okukwata ku mitima gy'abantu era ne ky'oleka ebyama ebitusobozesa okubeera abalamu era abagagga, eby'ama eby'okukulaakulana, n'engeri ez'okukulaakulanya eggwanga.

Nneebaza Geumsun Vin, akulira ekitongole ekisunsuzi ne bakola n'abo bonna abakoze obutaweera okulaba nti ekitabo kino kifulumizibwa. Nsaba mu linnya lya Mukama nti buli omu ku mmwe anaafuna amagezi ag'omu ggulu okusobola okweyagalira mu bulamu obutaliimu ndwadde n'okubeera ow'omugaso era omuntu ow'ekitiibwa oyo asiimibwa abantu yonna gy'aba alaze.

Gwa Kutaano 2011
Jaerock Lee

 Ebirimu

Ennyanjula

Essuula 1
Amagezi gasinga Zaabu · 1

Essuula 2
Amagezi Ag'obulongoofu · 13

Essuula 3
Amagezi Ag'emirembe · 27

Essuula 4
Amagezi Ag'obuwombeefu · 43

Essuula 5
Amagezi Ag'obuwulize · 61

Essuula 6
Amagezi Agajjudde Okusaasira N'ebibala Ebirungi · 83

Essuula 7
Amagezi Agatalina Kwawula, Agatalina Bunnanfuusi · 101

Essuula 8
Ekibala Eky'obutuukirivu Ekisigibwa mu Mirembe · 115

Essuula 1

Amagezi Gasinga Zaabu

Lwaki amagezi geetaagisa?

Amagezi ga muwendo okusinga Luulu

Sulemaani yafuna emikisa okuyita mu magezi ga Katonda

Omukazi omugezi Abbigayiri

"Kubanga obuguzi bwago businga obuguzi bwa ffeeza n'amagoba gaago gakira zaabu ennungi. Ga muwendo mungi okusinga amayinja amatwakaavu; So tewali kintu ky'oyinza okwegomba ebyenkanyenkenyizibwa nago."

Engero 3:14-15

Mu nsi eno ekulaakulanye ennyo, amawanga mangi n'ebitongole beetaaga abantu abalina bye bamanyi nga biwera era nga bagezi abasobola okwekenneenya ebizibu eby'enjawulo era ne babigonjoola. Tusoma nti Yusufu yawonya Misiri, eyali mu buzibu obw'amaanyi, n'amagezi ge amalungi. Obwomu bwati yagonjoola ekizibu ekyali kijja okuzikiriza ensi yonna.

Yakobo, taata wa Isiraeri, yalina abaana kkumi na babiri, era Yusufu ye yali ow'omulundi ogw'ekkumi n'ogumu. Yakobo yamwagala nnyo kubanga yali mutabani wa Laakeeri, gwe yayagala ennyo. Olw'ensonga eno baganda ba Yusufu okuva mu maama omulala ne bamukwatirwa obuggya. Era ekyavaamu kwe kumutunda mu nsi ye Misiri ng'omuddu, era n'afuuka omuddu mu nnyumba y'omwami wa Falaawo omukulu wabambowa, Potifaali. Yusufu n'aloza ku mbeera omuntu asemberayo ddala wansi gyabeeramu.

Yali mugwiira mu Misiri, naye olw'okwesiga Katonda era n'akola n'obwesigwa yasiimibwa mukama we era n'aweebwa okukulira buli kimu mu nnyumba ya mukama we. Yafuna obukugu obwamusobozesa okuddukanya emirimu gya mukama we.

Kyokka Yusufu yawaayirizibwa mukazi wa mukama we era bwatyo n'asibibwa mu kkomera. Kyokka Katonda yasigala akyali wamu naye era ne yeesigibwa nnyo omukulu w'ekkomera. Yaweebwa obuvunaanyizibwa bw'okukulira abasibe n'emirimu gyamu gyonna. Ng'ali eyo, yayiga eby'obufuzi n'engeri ey'okuddukanyaamu eggwanga okuyita mu basibe ba kabaka olw'ebyobufuzi. Era ekyavaamu, bwe yavunula ekirooto ky'omusenero wa Falaawo, bwatyo n'afuna omukisa ogw'okuvunula ekirooto kya Falaawo.

Ekirooto kya Falaawo bwali bunnabbi obwali bulanga emyaka musanvu egy'okubeera mu kyengera naye nga gyali gijja kuddirirwa emyaka emirala musanvu egy'enjala. Yusufu n'avvuunula ekirooto kino, ekyali kiremye buli muntu, ng'akozesa amagezi ga Katonda. Era n'ategeeza ne Falaawo eky'okukola olw'ekirooto kino.

Yusufu yawa Falaawo eky'okuddamu ekituukiridde eggwanga lyonna ery'e Misiri lisobole okuwona omutawaana ogw'amaanyi. Okuyita mu mulimu gwe guno, Misiri yawonya amawanga amalala mangi okufa enjala agabali ebuvanjuba era bwe lityo ne lifuuka eggwanga ery'amaanyi ddala. Nga bwe kyogera mu 1 Abakkolinso 1:25, "Kubanga obusirusiru bwa Katonda businga abantu amagezi; n'obunafu bwa Katonda businga abantu amaanyi," tusobola okubeera abagezi okusinga abantu bonna ab'ensi bwe tufuna amagezi ga Katonda.

Lwaki amagezi geetaagisa?

Mu bulamu bwo, wali olowoozezzaako nti, "Kale singa mbadde mugezi okusingako wano oba singa mbadde ntegeera okukira ku kino"? Tuyinza okubeera n'ebibuuzo nga, "Nnyinza ntya okwongera mu bizinensi yange ne nsobola okufuna ku sente ezisinga ku zino? Nnyinza ntya okukuzibwa amangu ku mulimu? Nnyinza ntya okusanyusa mukama wange n'asobola okunsiima? Nnyinza ntya okubeera n'enkolagana ennungi n'abalala?" Bwe tubeera n'amagezi, ebibuuzo bino byonna bisobola okuddibwamu mu bwangu.

Era twetaaga amagezi bwe tubeera nga tukola omulimu gwa Katonda. Tuyinza okulowooza bwe tuti, "Nnyinza ntya okufuna emikisa egisingawo ne nziriza Katonda ekitiibwa? Nnyinza ntya okubuulira ab'omu maka gange enjiri? Nyinza kukozesa ngeri ki eyinza okunnyamba obulungi mu kubuulira enjiri?" Tusobola okubeera n'eby'okuddamu eri ebibuuzo bino bwe tubeera n'amagezi.

Olw'okuba tuli bakozi nnyo tekitegeeza nti buli kimu kijja kututambulira bulungi. Tulina okubeera n'amagezi agatufunyisa ekintu gundi, era tulina okukozesa obulungi amagezi ago. Okukola obukozi emirimu gyaffe tekitegeeza nti buli kimu kijja kutambula bulungi. Tulina n'okulowooza ku bantu abalala omulimu gwonna ne gusobola okutambula obulungi okutwaliza awamu.

Abo abalina amagezi bamanyi okukyusa emitima gy'abantu ababeetoolodde. Tebasindiikiriza balala nga babagamba nti, "Kino kye kituufu, era tulina okukikola bwe tuti." Bafuna okukkiriziganya okuva mu bantu be beetaaga era ne baleetera ebintu okukulukuta obulungi ng'amazzi, bwe batyo ne bafuna ebivaamu nga birungi. Naye abo abatalina magezi bajja kuleetawo obukuubagano wadde nga omulimu gwe bakola mulungi. Bajja kubeera n'emitawaana n'abalala era beesange mu mbeera enzibu.

Abo abagezi bajja kufuna okwagala n'emikisa n'ekigambo kimu, kyokka abo ababulwa amagezi bajja kufiirwa omukisa gwe balina era beeteeke mu buzibu n'ebigambo byabwe. Bwe tubulwa amagezi, ne tugeraageranya amaanyi ge tutaddemu n'okufuba, ebibala bijja kubeera bitono.

Kituufu bwe tusiga ensigo ey'okukkiriza n'okwagala, ddala wajja kubaawo ekibala. Naye abo abagezi basanyusa Katonda mu ngeri ez'enjawulo basobole okufuna ebivaamu nga birungi ddala. Basanyusa Katonda n'essaala zaabwe era tebatera kusubwa kisa kya Katonda. Era, batondawo n'emikisa gyabwe okufuna ekisa kya Katonda.

Ku ludda olulala abo abatali bagezi basaba bwe beemulugunya. Bazimba ekisenge ky'ebibi mu kusaba kwabwe. Beetega obutego mu ngendo zaabwe mu kusaba kwabwe bo. Eno yensonga lwaki tebafuna kuddibwamu kwonna eri okusaba kwabwe wadde basaba nnyo era ne bakola nnyo. Naffe twetaaga amagezi agatukwasa ekkubo eryangu ery'okufunamu okuddibwamu kwa Katonda n'emikisa. Bwe tubeera n'amagezi tusobola okukwata ekkubo eryangu mu kufuna okuddibwamu eri okusaba kwaffe, nga tubala ebibala, n'okufuna emikisa. Ku nkomerero tujja kuyingira mu bifo ebisingako eby'okubeeramu mu ggulu.

Amagezi ga muwendo okusinga Luulu

Waliwo ebintu eby'enjawulo abantu bye batwala nga bya muwendo. Abamu beegomba ttutumu ate abalala obuyinza oba okutegeera kye batwala nti kya muwendo. So nga abalala batwala obugagga okubeera nga kya muwendo okusinga ebirala byonna. Naye Bayibuli kiki kye gamba nti kye kisinga omuwendo?

"Aweereddwa omukisa omuntu alaba amagezi. N'oyo afuna okutegeera. Kubanga obuguzi bwago businga obuguzi bwa ffeeza, n'amagoba gaago gakira zaabu ennungi. Ga muwendo mungi okusinga amayinja amatwakaavu, so tewali kintu kyoyinza okwegomba ebyenkenyankanyizibwa nago. Okuwangaala kuli mu mukono gwago ogwa ddyo. Mu mukono gwago ogwa kkono mulimu obugagga n'ekitiibwa. Amakubo gaago makubo ga kusanyukiramu n'eng'endo zaago zonna mirembe" (Engero 3:13-17).

Katonda amagezi kyayita ekisinga omuwendo era agamba nti gasinga zaabu ennungi. Zaabu tesobola wadde okutuleetera obulamu obwa nnama ddala oba emirembe. Kyokka bwe tubeera ne zaabu, olumu atuleetera kwerariikirira. Kyokka tewali ayinza kukubbako magezi. Era, omuwendo gwago guneeyongeranga okusinziira ku ngeri gye tugakozesezaamu.

Engero 4:7 wagamba, "Amagezi kye kigambo ekisinga obukulu: kale funa amagezi; weewaawo, funa okutegeera n'ebyo byonna bye wafunanga." Engero 16:16 wagamba, "Okufuna amagezi nga kusinga nnyo okufuna zaabu! Weewaawo, okufuna okutegeera kulondebwa okukira ffeeza." Bayibuli egamba omuwendo gw'amagezi n'okutegeera tegusobola kugeraageranyizibwa ku zaabu ne feeza. Amagezi kwe kukozesa obulungi okutegeera okutuukiddwako, so nga okutegeera kwe kulabamu engeri ey'okufunamu eby'okuddamu. Kyokka wadde ofunye okutegeera kw'embeera era ng'osobola okulaba engeri ennungi obulungi okufunamu eky'okuddamu, bw'obulwa amagezi, olwo nno okutegeera tekusobola kulaga muwendo gwakwo mu bujjuvu. Olw'ensonga eno amagezi gasinga okutegeera omuwendo. Omuntu asobola okufuna okutegeera singa ayigiriziddwa, naye amagezi gafunibwa omuntu amaze okuteekateeka ekibya eky'omutima okubeera ng'agafuna. Nolwekyo, amagezi kikulu nnyo okusinga okutegeera.

Sulemeeni yafuna emikisa okuyita mu magezi ga Katonda

Tetusobola kwogera ku magezi nga tetwogedde ku Sulemaani. Ye yadda mu bigere bya Dawudi ku namulondo ye era n'awaayo ssaddaaka enjokye lukumi eri Katonda n'okufuba kwe kwonna. Ssaddaaka enjokye kwe kwokya ssaddaaka eri Katonda okusobola okuvaamu evvumbe eddungi. Ye yali enkola ey'okussaddaaka eyali eyeeyunirwa ennyo mu biseera bye Ndagaano Enkadde, era mu makulu aga leero, kitegeeza okusaba kw'oku Sande omuli ne nnaku enkulu nga Amazuukira n'okwebaza.

Sulemaani yawaayo ssaddaaka n'omutima gwe gwonna Katonda n'atuuka okumulabikira mu kirooto ng'agamba nti, "Saba kye mba nkuwa" (2 Ebyomumirembe 1:7). Sulemaani teyasaba ttutumu oba ebintu. Yasaba magezi n'okutegeera ge yali ayinza okukozesa okulamula abantu. Katonda yamusanyukira nnyo olw'ekyo kye yali asabye era n'amuweerako ekitiibwa n'emikisa egy'ebintu ebikwatikako by'ataasaba.

"Kubanga ekyo kibadde mu mutima gwo, so tosabye bugagga, ebintu, newakubadde ekitiibwa, newakubadde obulamu bw'abo abakukyawa, so tosabye kuwangaala, naye weesabidde amagezi n'okumanya, osalirenga emisango abantu bange, benkufuulidde kabaka, amagezi n'okumanya oweereddwa, era ndikuwa n'obugagga n'ebintu n'ekitiibwa by'atabanga nabyo n'omu ku bassekabaka abaasooka, tewaliba oluvannyuma lwo aliba nabyo" (2 Eby'omumirembe 1:11-12).

Amagezi Sulemaani ge yafuna okuva eri Katonda gaali mangi nnyo era Kabaka omukazi ow'e Seeba bwe yawulira etutumu lye kwe kujja okumwerabirako, yamuleetera ebirabo bingi nnyo. Yayogera nti, "Era laba saabuulirwa bitundu. Amagezi go n'omukisa gwo bisinga ettutumu lye n'awulira" (1 Bassekabaka 10:7).

Amagezi ga Sulemaani mu 1 Bassekabaka essuula 3 gayatiikirira nnyo. Olumu abakazi babiri bajja n'omwana eri Sulemaani. Buli omu ku bo ng'agamba nti omwana wuwe.

Bonna bazaalira kumpi mu kiseera kye kimu. Omu ku bakazi ne yeebakira omwana we n'afa n'amukyusaamu n'owa munne. Ku makya, omukazi oli omulala kwe kulaba omwana afudde ku lusegere lwe. Abakazi bano ababiri kwe kujja eri Sulemaani okumalawo enkaayana zino.

Sulemaani kwe kwogera nti, "Mundeetere ekitala." Bwe batyo ne baleeta ekitala mu maaso ga Kabaka. Kabaka kwe kwogera nti, "Musaleemu omwana oyo ebitundu bibiri, omu omuweeko ekitundu n'omulala ekitundu." Awo omukazi ow'omwana omulamu kwe kugamba kabaka, olw'okuba omutima gwamukubira nnyo omwana we, nti awe omwana we oli eyali agamba nti wuwe waakiri abeere mulamu. Kyokka oli omukazi yali musanyufu n'okusalawo kwa kabaka okusalamu omwana. Sulemaani n'agamba omukazi eyali yeegayirira okumuleka nti ye maama w'omwana era n'amuwa omwana we. Yategeera okwagala kwa maama eyali ayagala omwana we okusinga obulamu bwe ye. Omuntu ng'akozesa amagezi, asobola okwegyereza omuntu omusango ogubadde gumusibibwako, era abalala ne bamuwa ekitiibwa olw'ensalawo ye ey'amagezi.

Omukazi Omugezi Abbigayiri

Abbigayiri yakyusa embeera eyali enzibu ennyo, n'efuukamu ey'omukisa mu magezi ge. Kyabaawo Dawudi bwe yali adduka Kabaka Sawulo. Abasajja ba Dawudi ne basaba Nabali okubawaayo ku buyambi, ye yali omusajja omugagga mu kitundu ekyo. Nga bino tebinnabaawo Dawudi yali akuumye ekisibo kya Nabali. Naye Nabali n'alaba Dawudi ng'omuntu owa wansi olw'okuba Dawudi yekakanya n'asaba Nabali amuyambe.

Dawudi n'asunguwala nnyo era n'atanula okulumba ennyumba ya Nabali n'abasajja 400 okumutta. Amawulire ago ne gatuuka ku mukyala wa Nabali, Abbigayiri. N'ayanguwa awo n'afumba emigaati, n'omwenge, wamu n'emmere endala n'abitikka endogoyi, era n'agenda okusisinkana Dawudi. Mu kino tusobola okutegeera amagezi ga Abbigayiri. Abasajja ba Dawudi kye baali basinga okwetaaga yali mmere era gye baasaba, kubanga baali mu kudduka. Bwatyo yateekateeka emmere mu mbeera eyo enzibu. Era bwe yasisinkana Dawudi, Abbigayiri n'ava ku ndogoyi ye mu bwangu ddala, n'avuunamira Dawudi amaaso ge n'akutamya ku ttaka mu maaso ga Dawudi era n'amuwa ekitiibwa n'omutima omwetowaaze.

"Nagwa ku bigere bye n'ayogera nti, 'Obutali butuukirivu obwo bubeere ku nze, mukama wange, ku nze. Era muzaana wo ayogere mu matu go, nkwegayiridde era wulira ebigambo by'omuzaana wo. Nkwegayiridde mukama wange, aleme okussaayo omwoyo eri omuntu oyo owa Beriali, Nabali, kubanga erinnya lye nga bwe liri naye bw'ali bwatyo, Nabali lye linnya lye n'obusirusiru buli naye, naye nze omuzaana wo saalaba balenzi ba mukama wange be watuma'" (1 Samwiiri 25:24-25).

Wadde Nabali kye yali akoze kyali kimugwanyiza okuttibwa, Abbigayiri yeegayirira mu mazima okusonyiyibwa ku lwa bba. Era n'ayogera ne kw'ebyo ebirungi Dawudi bye yalina okusobola okukakkanya omutima gwe. Era n'ayogera mu bwegendereza nti Katonda yali tajja kukisanyukira singa Dawudi atta ab'e nnyumba ya Nabali n'ayiwa omusaayi. Dawudi kwe kumugamba nti, "Atenderezebwe MUKAMA Katonda wa Isiraeri, akutumye leero okusisinkana nange, era gatenderezebwe n'amagezi go, naawe otenderezebwe ankuumye leero, obutabaako musango gwa musaayi n'obuteewalanira ggwanga n'omukono gwange nze" (1 Samwiiri 25:32-33). Obusungu bwe ne bugenda.

Abbigayiri bwe yamala okukakkanya omutima gwa Dawudi n'adda eka, kyokka yasanga Nabali atamidde ng'ali mu kunywa nga kabaka. Talina kye yanyega bba okutuuka enkeera waalwo, era nga kino kyakolebwa olw'amagezi ge. Yali tamanyi mutamiivu kye yali ajja okwogera singa yamugamba ekyali kibaddewo kw'olwo.

Omuntu tasobola kwekomako bw'aba atamidde. Tasobola kulowooza by'amagezi okusobola okulowooza ku ki ekinaava mu bikolwa oba ebigambo bye. Ekyo kye kituukira ne kw'abo abasunguwavu. Bamala googera era ne bakola kyonna ekibagira nga tewali abakomako, nga tebalowoozezza ku ki ekirungi gye bali na kiki ekibi gye bali. Tebasobola kutwala budde kulowooza ku bikolwa byabwe. Abo abatasobola kwefuga bulijjo batera okukola ebintu bye batera okwejjusa mu dda.

Olw'okuba n'amagezi ag'ekikula ekyo, Abbigayiri amawulire ag'ebyo ebyali bibaddewo, bba yagamuwa nkeera, ng'aweddeko ettamiiro. Nabbali yatya nnyo ng'alowooza nti yandibadde attiddwa era omutima gwe ne gulemererwa munda mu ye era n'afuuka ng'ejjinja. Y'afa nga wayise ennaku kkumi.

Abigayiri olw'amagezi ge yawonya obulamu bwe okuttibwa n'ab'omu maka ge bonna. Kyokka ye omusirusiru Nabali n'akwata ekkubo ery'okufa. Mu mbeera eyo, ebintu bisobola okututambulira obulungi oba obuntu obutono busobola okutuviiramu emitawaana, okusinziira ku kuba nti oba tulina amagezi oba nedda.

Bw'oba oyagala amagezi, ag'omuwendo okusinga eky'obugagga kyonna ku nsi, ssaba Katonda. Yakobo 1:5 wagamba, "Naye oba ng'omuntu yenna ku mmwe aweebuuka mu magezi, asabenga Katonda atamma awa bonna so takayuka; era galimuweebwa." Ssaba Katonda, nga ye nsulo y'amagezi, osobole okweyagalira mu kubeera obulungi n'emikisa emingi mu bulamu bwo.

Essuula 2

Amagezi Ag'obulongoofu

Makulu ki agali mu 'Amagezi okuva waggulu'?

Amagezi ag'obulungi agava mu mutima omulongoofu

Obulungi bwe babeera bakutegedde bubi

Amagezi agataliimu bulungi tegagasa

Abusaalomu teyalina magezi ga bulungi

Kola obulungi mu mbeera zonna

"Naye amagezi agava waggulu okusooka malongoofu..."

Yakobo 3:17

Abantu abamu batwala obubi n'obutego obw'ekikalabakalaba ng'amagezi. Naye Katonda agamba nti ebintu ng'ebyo bubeera busirusiru (1 Abakkolinso 3:19). Ekibala ky'ofuna okuyita mu butegotego obubi tekijja kukuumibwa Katonda, era kisobola okubulawo essaawa yonna. Kale kiyinza okulabika nti abo abakozesa olukujjukujju bali mu bulamu obulungi. kyokka wadde kungulu bayinza okulabika ng'abali obulungi, munda basobola okubeera n'emitawaana mingi.

Wadde mu kaseera ako bayinza okulabika ng'abali obulungi, basobola okugwibwako ebigwa bitalaze mu kaseera buseera ebitasobola kwewalibwa. Basobola okugwa ku kabenje, oba okufiirwa ensimbi zaabwe zonna, oba okulwala endwadde etawona. Omuntu ow'omu maka gaabwe asobola okukola ekintu ekikosa ennyo emitima gyabwe. Basobola okugezaako okugonjoola ebizibu n'amagezi gaabwe bo, naye ng'ebiseera ebisinga babeera tebalina kya kukola. So nga embeera zino zandibadde za njawulo nnyo singa tubeera tufunye amagezi ga Katonda n'okuyambibwa okuva gyali. Olwo nno tusobola okubeera obulungi mu mbeera zonna. Tuba tujja kwagalibwa Katonda ekizibu ne bwe kibeera kivudde wa, oba mu maka mwennyini, oba ku ssomero, oba ku mulimu, tubeera tusobola okuddiza Katonda ekitiibwa wonna we tubeera.

Makulu ki agali mu 'Amagezi okuva waggulu'?

Waliwo enkuluze enyonyola amagezi nti 'bwe busobozi oba ekiva mu busobozi obw'okulowooza n'okukola ebyo omuntu byategedde, ebyo bye tuyiseemu, bye tutegedde, amagezi amazaale, n'amagezi ag'ebuziba'. Abantu abamu bagamba nti amasomero agamu gasomesa abayizi kubateekamu buteesi kutegeera so si kukuza busobozi bwabwe okwelowooleza. Bwe tulowooza ku kino, olwo nkolagana ki eriwo wakati w'okutegeera n'okumanya? Omwana eyakazaalibwa abeera talina kyamanyi mu ye wadde okutegeera. Abeera ng'olupapula olutaliiko kantu konna. Bwagenda akula, agenda atereka mu bwongo ebyo byalaba, byawulira, ne byayiga okuyita mu ngeri ez'enjawulo. Kino kye kiyitibwa 'okutegeera'. 'Amagezi' kwe kukozesa obulungi okutegeera okwenjawulo kwe tufunye. Tugamba nti omuntu mugezi oba nedda engeri gyakosezaamu okutegeera kwe. Amagezi geetaagibwa okusobola okubeera obulungi mu bulamu; okusobola okulokola emyoyo; okusobola okutuukiriza obwakabaka bwa Katonda, ne mbeera zonna ez'obulamu. Kati, tusobola tutya okufuna amagezi?

"Naye amagezi agava waggulu okusooka malongoofu nate ga mirembe, mawombeefu, mawulize, agajjudde okusaasira n'ebibala ebirungi, agatalina kwawula, agatalina bunnanfuusi. Era ekibala eky'obutuukirivu kisigibwa mu mirembe eri abo abaleeta emirembe" (Yakobo 3:17-18).

'Amagezi agava waggulu' kitegeeza amagezi ga Katonda. Engero 9:10 wagamba, "Mu kutya MUKAMA amagezi mwe gasookera, n'okumanya oyo Omutukuvu kwe kutegeera."

Bwe yali asomesa abantu, Yesu yayogeranga n'okukola ng'agoberera amagezi ga Katonda. Olunaku lumu, omuyigiriza w'amateeka n'amubuuza nti alina kukola ki okusikira obulamu obutaggwaawo (Lukka essuula 10). Yesu n'alaba nti munnamateeka ono yali amukema Naye kwekumubuuza nti: "Kyawandiikibwa kitya mu Mateeka? Osoma otya?" (olu. 26)

N'addamu n'agamba nti, "YAGALANGA MUKAMA KATONDA WO N'OMUTIMA GWO GWONNA,

N'EMMEEME YO YONNA, N'AMAANYI GO GONNA, N'AMAGEZI GO GONNA NE MULIRAANWA WO NGA GGWE BWE WEEYAGALA WEKKA" (olu. 27). Awo Yesu n'amugamba nti, "Ozzeemu bulungi; KOLA BW'OTYO ONOOBANGA N'OBULAMU."

Munnamateeka ono n'alemererwa okuzuula ensobi yonna mu Yesu, kwe kuddamu n'amubuuza nti, "Muliraanwa wange ye ani?" (olu. 29) Yesu yamanya nti yali ayogera nti ayagala Katonda naye nga mu mutima gwe temuli kwagala. Kwe kumusomesa essomo ng'atamuwulizza bubi, N'amugerera olugero. Omusajja yagwa mu bazigu ne bamukuba ne bamulekako kiyiriitira. Kabona n'omuleevi ne bamuyitako, kyokka Omusamaliya ye yamuyamba. Olwo muliraanwa omulungi yali wa, ku bonna?

Mu kiseera ekyo, Abasamaliya baalina omusaayi omutabule n'ab'amawanga era olw'ensonga eno baanyoomebwanga Abayudaaya. Naye munnamateeka yali talina bwakyebeera okujjako okwogera nti, "Oli eyamukolera eby'ekisa" (olu. 36). Bwatyo Yesu kwe kumugamba nti, "Naawe genda okole bw'otyo" (olu. 37).

Amagezi Ag'obulungi agava mu mutima omulongoofu

Singa bateekebwa mu mbeera yennyini Yesu gye yalimu eyo ennyumiziddwa waggulu, abo abatalina bulungi bwa mutima basobola okuwuliza obubi omuntu ng'oyo. Bayinza okumugamba, "Ogezaako okuntega akatego, si bwe kiri? Olowooza simanya bigendererwa byo?" Oba bwe babeera tebawulizza oli bubi butereevu, basobola okumuddamu mu ngeri emujeregerera naddala bwe bategeera ebigendererwa bye ebiccaamu.

Naye abo abalina amagezi ag'obulungi tebeeyisa mu ngeri eyo. Tebanyooma balala wadde okubawuliza obubi, era bagezaako okuyamba abalala okutegeera ensobi zaabwe. Gano ge magezi ga Katonda, nga ge magezi ag'obulungi.

Katonda kitangaala era obulungi obwereere. Gye tukoma okweggyako ebibi n'obubi era ne tutambulira mu Kitangaala, gye tukoma okufuna okulung'amizibwa n'okuwabulwa Omwoyo Omutukuvu. Kuno kwe kufuna amagezi okuva waggulu. Okufuna amagezi ga Katonda kye kimu n'okuwulira eddoboozi wamu n'okufuna okulung'amizibwa okw'Omwoyo Omutukuvu.

Okuwulira eddoboozi n'okufuna okulung'amizibwa kw'Omwoyo Omutukuvu kwe kuwuliziganya ne Katonda. Era okusobola okuwuliziganya ne Katonda, ekisookerwako tetulina kubeera na bubi bwonna mu mutima gwaffe. Olw'ensonga eno, bwe tufuna amagezi, tusobola okufuna amagezi agasingawo era ag'ebuziba gye tukoma okubeera n'obulungi mu mutima gwaffe.

Era, engeri zonna ez'amagezi ga Katonda ze ngeri zonna ez'obulungi. Wadde tuweebwa amagezi mu bulungi, tetusobola kumala gatambulira mu magezi ago bwe tubeera n'obubi mu mutima gwaffe. N'olwekyo, okweggyako obubi okuva mu mitima gyaffe y'emu ku ngeri ey'okufuna amagezi, era tusobola okuganyulwamu ebirungi okuyita mu magezi ago.

Bwe tubeera bagezi, tujja kutegeera ensonga eno era ne tusaba mu ngeri ekwata ku mutima gwa Kitaffe. Eky'okulabirako, katugambe olina sseero gy'okulira. Ne bw'ogezaako otya, okudda obuggya kugenda mpola, era abamu ku bantu ba sseero bakwemulugunyaako. Bw'osabira embeera eno, osobola okusanyusa Katonda okuyita mu kusaba kwo gy'okoma obutabeera na bubi mu mutima gwo.

"Katonda Kitange, nkwebaza olw'okuba n'alokolebwa, era n'olyoka ompa omulimu ogw'omuwendo ogw'okubeera omukulu wa sseero! Nkwebaza nnyo kubanga obuvunaanyizibwa buno bwa muwendo gyendi. Okusobola okusasula ekisa kino, njagala okubeera nga mbala ebibala ebisingawo, era njagala okubeera nga mpeereza ba memba ba sseero yange nga bwe nandiweerezza omubiri gwange nze. Kino nsobola kukituukiriza n'amaanyi go, bwotyo ssebo mpa amaanyi Go. Tulina okwagala n'amaziga ebya Mukama, era nsobola okubala ekibala n'okwagala Kwe. Kantegeera obunafu bwange nkyuke mu bwangu. Kanzikkiriza amagezi agampeereddwa ba memba ba sseero ge bampadde olw'okuba banjagala. Katubeere bumu tusobole okubala ebibala ebisingawo."

Abantu bwe babeera banyumya, abo abatalina bubi mu bo bajja kukozesa ebigambo ebirungi era nga balowooza ku butanyiiza banaabwe. Bajja kukozesa ebigambo eby'ekisa era ebirungi eri buli muntu. Ne bwe basaba, bajja kwewala ebigambo ebisobola okunakuwaza omutima gwa Taata. Naye ebigambo ebirungi oba okusaba okulungi tebimala gajja kubanga tugezaako. Bwe tubeera n'obubi mu mutima gwaffe, obubi obwo bujja kubeera mu bigambo byaffe nga tetukigenderedde nakukigenderera. So nga, bwe tubeera n'obulungi obw'omutima, tubeera twogera bigambo birungi byokka mu mboozi zaffe ne mu kusaba.

Obulungi bwe babeera bakutegedde bubi

Olumu osobola okubonaabona olw'okuba waliwo abantu abaakutegedde obubi. Nga bagamba oliko ekintu kye wakoze so nga tokikolangako nti oba wayogedde ekintu so nga tonnakyogerako. Mu mbeera ng'eno, mu kifo ky'okudda awo okukalambira nti kino kye kituufu so si kiri, kisingako embeera eyo okugirekera Katonda agikwataganye. Gyokoma okwewozaako, eng'ambo gye zijja okweyongera. Wadde abantu obalaze nga bwotalina musango ng'owakana n'abo, kino kijja kwanika ensobi z'abalala ate kyongera okuleetawo obutakkaanya.

Oba, bayinza okwongera okukunyiiza bwotyo naawe n'okangula ku ddoboozi, n'otandika n'okuwulira ng'obakyaye. Era abo abaakutegeera obubi era ne bakusalira omusango bajja kuwulira ng'abasiddwa wansi kubanga ensobi zaabwe zaanikiddwa, era bajja kwongera okukukyawa. 2 Timoseewo 2:23 wagamba, "Naye empaka ez'obusirusiru era ez'obutayigirizibwa ozirekanga, ng'omanyi nti zizaala okulwana." Mu mbeera ey'ekika kino, bw'osirika era n'obireka nga bwe bali, bwe bakizuula, emitima gyabwe gijja kusaanuuka era bajja kukwesiga nnyo.

Kale, embeera enzibu gy'obadde tosuubira bw'ekujjira, togirabamu buzibu bwereere, kyokka ginoonyeemu kiki ky'oyinza okugiyigirako. Era bw'onoogisabira n'obuyambi bw'Omwoyo Omutukuvu, esobola okufuuka omukisa.

Engero 3:6 wagamba, "Mwatulenga mu makubo go gonna, kale anaalung'amyanga olugendo lwo." Bwotagezaako kukakasa bantu nti tolina musango oba okwewozaako naye mu kasirise n'ogezaako okutegeera okwagala kwa Katonda, ojja kusobola okwezuulako ebyo byobadde tomanyi. Ojja kuzuula byokyaweebuuseemu ebikulemesa okubeera ng'okuumibwa. Ne bwe babeera nga bakuwaayirizza, si nsonga. Kubanga Katonda akutunuulidde, Ajja kusasula okufiirwa kwotuuseeko, era embeera ejja kuvaamu mikisa myereere egy'omwoyo n'omubiri. Gano ge magezi ag'obulungi.

Kyokka ne bwe tuyiga kyenkana ki amagezi gano, tetusobola kugatambuliramu bwe tubeera n'obubi mu mitima gyaffe.

Okwemanya kwaffe bwe kukosebwa era ne tuwulira bubi olw'embeera ne tutuuka n'okwemulugunya olwo nno ekigezo tubeera tukigudde. Okujjako nga tweggyeeko obubi obw'ekika ekyo era ne tufuuka abatukuziddwa lwe tusobola okubala ebibala eby'amagezi.

Amagezi agataliimu bulungi tegagasa

Watya nga tulina obubi mu ffe? Abo abeerowoozaako bokka n'abo abeemulugunya nga balowooza ku nsonga yaabwe yokka, embeera n'ekifo kyabwe, bwe batyo bwe bajja okweyisa ne mu maaso ga Katonda. Bayinza okuba bakimanyi nti balina okuwaayo okusaba okulungi eri Katonda, naye emitima gyabwe emibi gifubutukayo ne mu kusaba.

Bayinza okusaba bwe bati: "Kitange Katonda, n'omutima ogw'okwebaza nkwebaza olw'obuvunaanyizibwa obw'omuwendo bwe wampa, era ngezezaako okutuuka kati, nga nteekamu obudde bwange n'esente. Naye tewali kudda buggya kwonna kubanga tetufunye kuddamu kwonna okuva gyoli. Ngezezzaako nga bwe nsobola, naye ba memba ba sseero gye nkulira babeera mu kukuubagana, beemulugunya, era bankaluubiriza nnyo. Katonda wange nsaasira era ompe amaanyi. Ka bamemba ba sseero nabo bakyuke. Nsindikirayo ba memba abaggya nsobole okufuna okudda obuggya. Nzikiriza nti ojja kuddamu okusaba kwange."

Kiyinza okulabika nga nti beebaza olw'obuvunaanyizibwa bwe balina, naye bwe weekenneenya essaala eno osobola okulaba nti wabulawo obulungi n'okukkiriza okuva mu bigambo ebikozeseddwa mu kusaba okwo. Kirungi okwogera nti 'n'omutima ogw'okwebaza', kyokka ebigambo ebiddirira awo biraga obuzibu obw'amaanyi. Essaala egamba nti tewabaddewo kudda buggya, wadde omuntu ono ataddemu sente ze n'obudde, nti kubanga Katonda teyabazzeemu. Bwatyo omusango agutadde ku Katonda! Era asaba nti, ba memba ba sseero be balina okukyuka kubanga beebaleeta obukubagano ne bamalawo emirembe.

Bamanyi ku magezi ag'okusabira mu bulungi, naye tebasobola kukikola kubanga balina obubi mu mutima gwabwe. Wadde bagambibwa okwebaza, tebasobola kwebaza kubanga emitima gyabwe gijjudde okwemulugunya.

Tebalina bwe bakyebeera era beesanga basaba beemulugunya n'okusalira abalala emisango. Nkwegayidde weetunulemu engeri naawe gyosaba, oba nga ddala okusaba kwo kusanyusa mu maaso ga Katonda. Tulina okubeera n'omwoyo ow'amagezi ne tumanya oba nga ddala tunyiiza Katonda n'okusaba kwaffe.

Waaliwo memba omukyala eyalina omwana ow'obulenzi, eyali tayinza kwebaka olw'okuba yalina endwadde y'olususu nga lwali lumusiiwa nnyo. Olw'okulaba mutabani we ng'akaaba ekiro kyonna olw'okusiiyibwa ekiro kyonna, ng'agezaako okukola buli kyasobola okumulabirira n'okulowooza ku ngeri ey'okukendeezaamu okwetakula kuleme kuvaamu biwundu. Ng'omwana bwamala ne yeebaka mu kifuba kye mwamutadde ekiro kyonna, ng'atandika okusaba bwati nga bwatunuulidde enjuba evaayo.

"Katonda, n'awulira nti endwadde eziruma abaana ziva ku bazadde. Omwana wange abonaabona olw'ensobi zange. Nkwegayiridde nsonyiwa. Bwe nali nkyayonoona, nga nali nkunakuwaza nnyo! Nkwebaza olw'okumpa okutegeera kuno. Nnyamba nnyongere okudduka eri obwakabaka obw'omu ggulu n'okukkiriza okusingawo wamu n'essuubi."

Yawuliranga omutima gwa Katonda eyali amutunuuliza omutima ogw'omuzadde. Okuva mu kiseera ekyo teyeemulugunya olw'endwadde y'omwana we wadde nakatono. Yeenenya bwenenya ebibi bye mu lugendo lwe olw'okukkiriza era ne yeebazanga mu kusaba. Bwe tusaba mu ngeri ng'eyo ey'obulungi, ddala Katonda ajja kukwatibwako era atuddemu mangu.

So nga, bwe twemulugunya mu kusaba nga twogera nti, "Lwaki mwana wange yekka yabonaabona bwati? Nazza gwaki okubonaabona okutuuka ku kino?" Ddala tusobola okuddibwamu okuva eri Katonda? Endowooza gye tubeera nayo mu kusaba eri Katonda, y'ejja okusinziirwako oba tufuna okuddibwamu amangu oba nedda. Katonda asanyukira essaala ey'obulungi era eri essaala ez'ekikula ekyo aziddamu mangu (Yakobo 5:16).

Abusaalomu teyalina magezi ga bulungi

Mu Bayibuli tusangamu abantu abaali bava mu maka amalungi nga balina ne talanta kyokka ne batambuliranga mu bulamu obw'obujeemu era obw'obutagambwako. 2 Samwiiri 14:25 wagamba nti, "Awo mu Isiraeri yonna temwali n'omu wa kutenderezebwa nga Abusaalomu olw'obulungi bwe; okuva ku bigere bye wansi okutuuka ku bwezinge bw'omutwe gwe nga taliiko kabi." Abusaalomu ye yali mutabani wa Dawudi ow'okusatu. Yali mulungi mu ndabika era ng'alina n'amagezi mangi. Kyokka ekizibu kye kyali nti amagezi ge yagakozesa bubi kubanga yali mubi.

Abusaalomu yatereka ekiruyi ku muganda we Amunooni kubanga Amunooni yali yakwata muganda we Tamali. Kyamunyiiza nnyo eky'okuba nti kitaabwe Dawudi teyabonereza Amunooni olw'ensobi eyo gye yakola. Kyokka, teyakiraga era mu kyama n'anoonyanga omwagaanya wayinza okuwoolera eggwanga. Nga wayise emyaka ebiri, n'ayita Amunooni ku mukolo gw'okusala ebyoya by'endiga era abasajja be ne bamutta.

Bwe yamala okuwoolera eggwanga ku lwa mmwannyina, n'adduka mu maaso ga Dawudi. Yowaabu n'ategeera ennaku ya Dawudi olw'ensonga eno era bwe waayita ekiseera n'akomyawo Abusaalomu mu Yerusaalemi. Kyokka Dawudi n'atamulaba okumala emyaka ebiri. N'awulira muli nti kitaawe takyamwagala, bwatyo n'asalawo okumukolako obulumbaganyi.

Yalina enteekateeka gye yali alowoozezzaako obulungi ennyo. Yali atendese abaserikale n'abakuumi be, era n'ategeka eby'okulwanyisa n'amagaali. Era okumala ebbanga ddene n'akolerera eky'okuba nti ayagalibwa abantu okubazza ku luuyi lwe.

"Awo olwatuuka omuntu yenna bwe yasemberanga okumweyanza n'agololanga omukono gwe n'amukwatako n'amunywegera. Awo bwatyo Abusaalomu bwe yakolanga Isiraeri yonna abajjanga eri kabaka okusalirwa emisango; Bwatyo Abusaalomu n'abba bwatyo emyoyo gy'abasajja ba Isiraeri" (2 Samwiiri 15:5-6).

Yakikola okulaga nti Dawudi yali tafa ku bantu bwatyo n'agenda mu maaso okubba emitima gy'abantu. Era ekiseera bwe kyatuuka, n'ajeemera Kabaka Dawudi. Era ekyavaamu, Dawudi yalina okubulawo mu bwangu nnyo.

Abusaalomu n'afuna omuwabuzi wa Dawudi Akisoferi naye okudda ku ludda lwe. Yali muwi w'amagezi mulungi nnyo ng'alinga nti gyoli yali agafuna okuva eri Katonda butereevu (2 Samwiri 16:23).

Era n'ekirabikanga pulaani eyali etambula obulungi nga buli kimu kiri bulungi, nga bwe kyali kiteekeddwateekeddwa. Kyokka obulumbaganyi bwa Abusaalomu bwagwa butaka. Lwaki? Katonda yaleetera amagezi ga Abusaalomu okulemererwa. Akisoferi y'awa Abusaalomu engeri ey'okufuna obuwanguzi, naye Abusalomu n'attagikkiriza. kyokka ate n'awuliriza amagezi ga Kusaayi, era ng'amagezi ge yali awa gali gayamba Dawudi.

Abusaalomu yali mugezi nnyo, naye kasita Katonda yanafuya okusalawo kwe, mu ddakiika bu ddakiika n'asalawo mu ngeri eyamutwala mu kuzikirira. Okuva kw'olwo, abasajja ba Dawudi ne bafuna obudde obw'okwetegekera omulabe. Wadde yali mugezi nnyo, n'amagezi ago yatta muganda we era n'afa bubi bwe yayagala okumaamula kitaawe ku namulondo. Kale g'afa ki gonna!

Amagezi ng'ago agataliimu butuukirivu gabeera tegagasa. Bwe tubeera tetulina bulungi, tetusobola kukitegeera ne bwe tubeera tuwulira ebigambo eby'amagezi. Kyokka bwe tufuna amagezi ag'obulungi mu mutima ogutukuziddwa, tusobola okwawulawo ku kiki kye tulina okwogera ne kye tutalina kwogera, kye tulina okukola ne kye tutalina kukola. Olwo nno ebigambo byaffe n'ebikolwa byaffe bijja kukkirizibwa Katonda, era tujja kubala ebibala eby'emikisa tufune okuddibwamu kwa Katonda mu bungi ddala.

Kola bulungi mu bintu byonna

Waliwo memba waffe mu kkanisa omukyala eyalina amabwa mu lubuto ate nga teyeebaka kiro, yali abulako kiro 18 ku ze yalina okubeera nazo. Kyokka bwe yamala okusisinkana Katonda, n'atereera era n'atambulira mu bulamu obunyiikivu obw'okukkiriza. Wadde yalinga bizze nnyo ng'addukanya wooteeri ye, ng'ajjanga ku kanisa buli lwe wabaayo okusaba, era teyalekayo kusaba, era yali mwesigwa mu byonna mu mirimu egy'ekkanisa.

Naye olunaku lumu, ne wabaawo ekintu ekyali tekisuubirwa ekyagwa ku wooteeri ye. Omu ku ba kasitooma be ab'olulango n'aggulawo wooteeri mu kitundu ekyo kye nnyini. Era, eyali kasitooma n'atwala omufumbi we omukulu bwe yali agenzeeko mu Amerika ku lwa bizinensi.

Mu mbeera ng'eyo, omuntu kyangu nnyo okugenda mu wooteeri eyo empya n'ayomberayo ng'agamba nti, "Okola otya ekintu ng'ekyo? Oyinza otya okubba omufumbi wange omukulu, kyokka n'oteekera ddala wooteeri yo ewange? Singa ddala olinamu omutima tewandikoze kintu ng'ekyo!"

Yandiwulidde ng'aliriddwamu olukwe era yanditerese obukyayi munda mu ye. Naye yasaba busabi nti, "Katonda wange, ka wooteeri ye ne yange zikole bulungi." Era yabuuzanga n'omusajja oyo mu buwombeefu buli lwe yamusisinkananga mu kkubo. Yali mwetowaaze nnyo n'ekireetera omusajja oli okuwulira ensonyi era nga tamala bbanga ddene waali. Kiki ekyava mu kukola obulungi? Nga wayise emyezi nga gigyo wooteri empya ne ggalawo, era bakasitooma bonna ne bakomawo mu wooteeri ye.

Mu ngeri y'emu, bw'oteekebwa mu mbeera etali ya bwenkanya, bwotatereka bubi bwonna mu ggwe kyokka n'osalawo okukola obulungi, Katonda ajja kukyusa embeera eyo okufuuka omukisa, ng'atunuulira omutima gwo ogw'omunda.

Bwe tuteekateeka omutima omulungi ogusobola okusiimibwa Katonda, era ne bwe tubeera nga tusobola okuwa essanyu abo abatukola obubi, Katonda ajja kutuwa omukisa buli yonna gye tulaga. N'olwekyo, nsuubira nti ojja kuteekateeka omutima omulungi ogusiimibwa Katonda era oleetere ab'omu maka go, ku mulimu, ne mu bizinensi okubeera abasanyufu n'amagezi agava mu mutima gwo omulungi.

Amagezi

Essuula 3

Amagezi ag'emirembe

Omutima omunene era omugabi ogusobola okwagala buli omu

Ekisumuluzo eri okubeera obulungi: mirembe

Okubeera n'obusobozi kyokka nga tolina mirembe

Omuntu okubuulira ab'ewuwe enjiri mu magezi g'emirembe

Leetawo emirembe olw'okwetowaaza

Okubeera n'emirembe, nnoonya abalala webafuniramu

"Naye amagezi agava waggulu okusooka malongoofu, nate ga mirembe, mawombeefu, mawulize, agajjudde okusaasira n'ebibala ebirungi, agatalina kwawula agatalina bunnanfuusi."

Yakobo 3:17

Ebyo bye tusiba ku mutima bikosa nnyo obulamu bwaffe. Obusungu bwonoona ekibumba so nga okwerariikirira kukosa olubuto. Okutya kujja kukosa enkola y'ensigo. Engero 14:30 wagamba, "Omutima omutuufu bwe bulamu obw'omubiri, Naye obuggya kwe kuvunda kw'amagumba." Obukyayi, obuggya, n'obusungu bijja kukosa omubiri gwaffe. Olwaleero biki byobadde oterese ku mutima?

Abantu abasinga babeera n'abantu abalala. Abaana bakuumibwa bakadde baabwe bwe babeera abato. Bwe bakula, ebiseera ebisinga babimala n'abo be basoma n'abo. Mu bitundu gye tubeera abantu basisinkana abalala nga n'abo baakulira mu bitundu bya njawulo. Kale, olw'enjawulo eziri mu buli muntu ssekinnoomu, omuntu bwakalambira buli kiseera nti ye mutuufu, kizibu omulimu gwonna okubeera nga gukolebwa. Era ekinaavaamu emirembe gijja kugwaawo era abantu bajja kuwuliranga bubi buli ssaawa

Ffe okusobola okutuukiriza emirimu gyaffe mu mbeera zonna, oba eyo mu maka gaffe, ku ssomero, gye tukolera, oba mu bizinensi zaffe eyo, twetaaga amagezi okusobola okubeera n'emirembe na buli muntu. Bwe tubeera n'amagezi ag'ekika ekyo, tusobola okwagazisa abantu bye tukola n'okukwata ku mitima gy'abantu.

Omutima omunene era omugabi ogusobola okwagala buli omu

Bulijjo obeera musanyufu era ng'otambulira mu mirembe? Lwaki teweebuuza ekibuuzo kino: "Ddala okuuma emirembe n'abantu bonna abakwetoolodde? Abantu abalala bakwagala kyenkana ki era bakussaamu ekitiibwa kwenkana wa?"

Emu ku nyinyonyola ey'emirembe mu nkuluze kwe 'kubeera mu mbeera awatali kuyomba na kukaayana; nga muli mu nkolagana etambula obulungi'. Naye amakulu ag'omwoyo ag'emirembe 'kwe kubeera n'omutima omunene era omugabi ogusobola okwagala buli omu'. Katonda ayagala abaana Be okubeera n'emirembe buli ssaawa. Tayagala babeere na bukuubagano bwonna, nnyombo, oba enkaayana.

Kyangu nnyo ffe okubeera n'emirembe bwe tubeera okumpi n'omuntu gwe twagala. Naye ekika ky'emirembe Katonda kyayagala tubeere nakyo kwe kubeera mu mirembe n'abantu bonna. Tetulina kubeera bubeezi mu mirembe n'abantu abamu ate abalala nga si bwe kiri, naye tulina okubeera mu mirembe na buli muntu nga tulina omutima omunene. Kyokka bwe tubulwa obulungi mu mitima gyaffe, kizibu okukuuma emirembe ne bwe tugezaako tutya. Kiri bwe kityo lwakuba, bwe tusisinkana embeera gye tutayagala, ne bwe tubeera ng'abalina emirembe ku ngulu emitima gyaffe gijja kubeera tegiteredde.

N'olwekyo, tulina okubeera mu mirembe munda mu ffe okusobola okubeera mu mirembe n'abantu abalala. Okutuuka ku kino, tulina okuzuula wamu n'okweggyako buli kika kya bubi gamba nga obukyayi, obuggya, okwemanya, amalala, n'obutatereera munda mu ffe. Okusobola okubeera mu mirembe n'abantu abalala tulina kusooka kulwanagana na kibi mu ffe era ne tuteekateeka omutima omutukuvu. Omuntu ow'ekika ekyo yasobola okubeera n'emirembe na buli muntu. Kwe kugamba nti tusobola okubeera mu mirembe n'abagalwa baffe, abaana, emikwano, abanywanyi, ne baliraanwa baffe. Era, olwo lwe tusobola okubeera n'emirembe ne Katonda.

Okubeera mu mirembe ne Katonda kitegeeza nti tewali kisenge kya bibi kiyimiridde wakati waffe ne God. Era ng'ekintu ekikulu ennyo ekiri mu kunoonya emirembe kwe kubeera n'emirembe ne Katonda. Era okubeera n'emirembe ne Katonda, tulina okusooka okweggyako buli kika kya bubi, olwo nno tusobola okubeera n'emirembe mu ffe. Abo abalina emirembe mu bo basobola okubeera n'emirembe n'abalala.

Yesu yakuumanga emirembe na buli muntu. Teyabeeranga mu mirembe n'abo bokka abalungi, abasomye obulungi, abawombeefu, n'abawulize. Wabula yaweerezanga n'okuba n'emirembe n'abo abaali tebalina kumanya n'abataasoma, era Yaweerezanga n'okuba n'emirembe n'abo ab'onoonyi era n'abawooza. Okuleetawo emirembe wakati wa Katonda n'abantu, Yafiirira abantu bonna abaali batambulira mu kibi n'obubi.

Luusi y'omu ku bantu abaawandiikibwako mu Bayibuli eyanoonya emirembe. Luusi yali mukazi munnaggwanga ng'abeera Mowaabu mu kiseera ky'abalamuzi. Yafumbirwa omusajja Omuisiraeri eyagenda e Mowaabu olw'enjala eyali egudde mu Isiraeri. Kyokka yafiirwa omwami we nga muto ng'atamulinaamu na mwana. Omukyala omulala bwe baafumbirwa ab'oluganda naye n'afiirwa bba mu mbeera y'emu nga n'owa Luusi bwe yafa. Abasajja bonna abaali mu maka ago ne bafa, nnyazaala wa Luusi, Nawomi, ne baka baana be, Olupa ne Luusi be basigalawo.

Mu mbeera eno Nawomi n'awulira nti abantu baali balina amakungula amalungi mu Besirekemu, ewaabwe gye yava, bwatyo n'asalawo okuddayo awaka. N'asaasira baka baana be kubanga baali bafuuse bannamwandu era n'abakubiriza baddeyo mu bakadde baabwe.

Luusi yali akkiririza nnyo mu Katonda, era yalina omutima omulungi okubeera ng'akuuma ekifo kye n'obuvunaanyizibwa bwe. Ye n'akalambira nti yali agenda kusigala ne nnyazaala we (Luusi 1:16-17). Abantu be n'ab'ewaabwe baali mu Mowaabu, kale yandibadde mu bulamu obulungi eyo, naye yagaana okusigala. Yasalawo okugenda wamu n'okuweereza namwandu omukadde nnyazaala we, era nga ddala kuno kwandibadde nga kubonaabona.

Olowooza wandikoze ki singa ggwe eyali mu mbeera eno? Bangi ku mmwe oba olyawo mwandigambye, "Kale lwaki n'afumbirwa omusajja ono?" Kale ne bwe wandisazeewo okuweereza nnyazaala wo, wandiwulidde omugugu n'olumwa muli. Bw'otabeera na mirembe mu ggwe nga bwe kiri waggulu awo, obeera ojja kunyolwa ku mutima era okalubirizibwe.

Naye olw'okuba omutima gwa Luusi gwali mulungi, yatuukiriza obuvunaanyizibwa bwe era n'aweereza mu ssanyu. Teyalina mirembe mu ye kyokka, wabula n'eri nnyazaala we. Katonda yasanyukira Luusi bwatyo n'amuteekerateekera okubeera ng'afuna omwami omulungi. Engeri gye yali omukyala munnaggwanga, gwali mukisa munene ye okubeera butereevu mu lunyiriri omwava Yesu. Omu ku baana ba bazukulu be ye yali Dawudi, Kabaka wa Isiraeri, era nga Yesu yava mu lunyiriri olwo olwa Dawudi.

Ekisumuluzo eri okubeera obulungi: mirembe

Olwo, lwaki Katonda okunoonya emirembe na buli muntu agayita magezi? Emirembe kye kisumuluzo ekitusobozesa okutambulira mu kwagala kwa Katonda mu buli kimu. Era ly'ekkubo eritutwala eri emikisa, okussa wansi amaanyi ga Katonda n'ekisa.

Tusisinkana abantu bangi mu bulamu bwaffe obwa bulijjo. Abamu ku bo balina bye bamanyi bingi era nga bali mu bifo ebya waggulu, kyokka nga bawombeefu era nga bawuliriza okuva eri buli muntu owa waggulu n'owa wansi. So nga abalala abali mu bitiibwa bye bimu, obasanga nga tebalina gwe bawa kitiibwa olw'okwemanya kwabwe. Wadde bayinza okuba n'okutegeera saako obusobozi ebitasangibwa na buli omu, basobola okugwibwako ebizibu bwe banyooma abalala ne wataba mirembe wakati waabwe n'abantu abalala.

Eky'okulabirako, waaliwo omusajja eyali ayitibwa Cho Kwang Jo mu bwakabaka bwa Chosun. Yayagala okuleetawo enkyukakyuka ey'amaanyi mu kabaka n'abantu. yali ayagala okugyawo enkola embi ezaali mu nkola enkadde ez'eby'obufuzi era afuule eggwanga eggagga era ery'amaanyi. Olw'okuba kye yali ayagala kyali kirungi era nga yali akyagala nnyo, kabaka naye n'amuwagira ku ntandikwa. N'abantu ne bamwagala. Naye olw'okuba bye yakola byali bitambulira ku misinde mingi, kyaviirako abakulu abalala okumuwakanya n'okumukyawa. Kyokka ne bwe baamuwakanyanga, yasigala alemedde ku nsonga ze, era ekyavaamu, ne kabaka n'alekerawo okumuwagira.

Era ekyavaamu, baamuwaayiriza abo abaali bamuwakanya era n'ekimuviirako n'okusalirwa ogw'okufa olw'egyo emisango egyamuteekebwako. Kale singa yali mwegendereza mu nkola ze ez'amagezi, osanga yandirabye ku kirooto kye nga kituukirira. Naye ye yakalambiranga nti ekikye kye kyalinga ekituufu era namalawo emirembe wakati we n'abantu abalala. Eno yensonga lwaki yafa bubi. Yalina ebigendererwa nga birungi, nga muyivu, era nga n'enkola ze yali agoberera zaali nnungi, naye byonna byafa togge.

N'olwaleero, ebintu ng'ebyo bibaawo nnyo emirundi mingi. Eky'okulabirako, omuntu ayinza okukola ebintu ebirungi bingi ku mulimu gwe, naye ng'abalala tebamwogerako bulungi. Abalala nga bagamba nti ekikulu alemera nnyo ku nsonga ye nti ne bw'aba alina gwakosa tafaayo.

Omuntu ow'ekika kino abeera tafa ku birowoozo by'abalala wadde okulowooza ku mbeera abalala gye bayitamu, ebintu akola bukozi okusinziira ku kyalowooza. Abeera akuubagana n'abo baakulira, n'abantu mu bitongole ebirala, ne bakama be bennyini. Ekintu nga kino bwe kigende kyeyongerayo, ajja kubeera yekka. Kale n'obusobozi bwe teri ajja kubufaako. Kale tusobola okubeera n'obusobozi era ne tuzaala ebibala ebirungi. Naye ebyo ebibala bwe bibeera bifunibwa lwa kumalawo mirembe, kunkomerero kiba kyakolebwa awatali magezi.

Okubeera n'obusobozi kyokka nga tolina mirembe

Waliwo ensonga endala lwaki emirembe giyitibwa amagezi. Kiri bwe kityo lwakuba emirembe bwe gimalibwawo, kizibu okwerabira ku mirimu gya Katonda.

Emirembe kikulu nnyo mu kutuukiriza emirimu gya Katonda. Omuntu ayinza okubeera n'okutegeera nga kwa waggulu era ng'alina n'obukoddyo obulungi saako talanta, kyokka kijja kubeera kizibu ye okubeera ng'akozesebwa singa amalawo emirembe.

Abakozi be bateekateeka eby'okukola era ne babikola, naye Katonda yabawa ekibala ky'entuuyo zaabwe. Bwe tumalawo emirembe nga tuli mu kukola, kitegeeza nti tuli mu kuwa Setaani omwagaanya okutuggulako omusango. Olwo nno, Katonda abeera takyasobola kukola nate. Mu mbeera ng'eno, abantu ne bwe bakola batya nga bataddemu okutegeera kwabwe kwonna, tebasobola kufuna bibala birungi bya mwoyo. Kale ebiseera ebimu, abakulembeze basobola okubeera nga tebateredde mu mitima gyabwe olw'emirembe.

Eky'okulabirako, katugambe eriyo omuntu alina talanta era ng'ayagala nnyo n'okukola emirimu gya Katonda. Naye, omukulembeze bwawa omuntu oyo emirimu, watera okubeerawo emitawaana. Akalambira ku nsonga ye ng'agamba nti, "Tukikola bwe tuti, engeri eno yesinga ejja okuleetawo okudda obugya." Ayinza n'okukaluubiriza abalala.

Kino bwe kigenda kyeyongera okubaawo, ekinaavaamu abalala

bajja kugamba kizibu nnyo okukola naye. Kituufu, ebiseera ebimu, abalala bamugumiikiriza bugumiikiriza. Baagala asigale mu kifo ekyo eky'obuvunaanyizibwa asobole okutambuliza obulamu bwe mu kukkiriza nga waliwo ekimusindiikiriza.

Abantu abamwetooloodde bajja kufuna empeera olw'okumugumiikiriza, naye ye tasobola kufuna mpeera yonna kubanga aleetawo obukuubagano mu buli kintu. N'olwekyo, gabeera magezi mangi nnyo okukuuma emirembe mu kutuukiriza emirimu gya Katonda. Wadde tuyinza obutabeera na busobozi bumala, bwe tubeera obumu mu mirembe, Katonda ajja kutwongera obusobozi era asobozese kye tukolerera okuvaamu obulungi ennyo.

Omuntu okubuulira ab'ewuwe enjiri mu magezi g'emirembe

Bwe tugezaako okutambulira mu bulamu obwewaddeyo mu kukkiriza, tuyinza okusisinkana okuyigganyizibwa (2 Timoseewo 3:12). Mu mbeera ng'eyo, abantu abamu beereetera okuyigganyizibwa kubanga tebalina magezi. Eky'okulabirako, katukozesa embeera y'omukyala akkiriza, ne bba atali mukkiriza.

Olunaku lumu, omukazi n'awulira enjiri okuva eri muliraanwa era n'atandika okugendanga ku kanisa. Kati, n'aba nga takyalina kirala kyayogerako wabula ekkanisa buli budde bwonna. Buli ssaawa abeera ayogera ku Katonda ne Yesu era n'akubiriza bba akkirize. Mu kusooka bba agezaako okuwuliriza, naye kati byamutamye. N'agamba nti, "Ondeka wano bw'omu buli lwa Sande. Era sikugaanangako, naye leero, togenda kugenda ku kanisa. Osigala waka!"

Mu mbeera ng'eno, oyinza kukola ki bw'obeera nga ggwe mukyala oyo? Katutunuulire embeera zino ebbiri, owulire eriwa erimu amagezi.

Omukyala asooka ayinza okukirowoozaako era ne yeegamba muli nti, "Atandise okuddamu okubeera ng'omwana omuto." Olugira n'agamba nti, "Okimanyi bulungi nina okugenda ku kkanisa ku Sande, kati lwaki weeyisa bw'oti? Bw'oba toyagala kusigala wano wekka, kati jangu tugenda ffembi..." Awo n'ava ne ku kye babadde bamugambye n'afuluma mangu, bba tagezaako okumugaana nate okugenda ku kkanisa.

Naye ng'endowooza ye egamba nti, "Nina okugenda ku kkanisa, kubanga kye kituufu nze okukola. Sisobola kukkiriza kwemulugunya kwa mwami wange." Abeera teyategedde mutima gwa bba nti era yagukoseza bukosa. Kale kijja kumubeerera kizibu okukyusa bba abeere omukkiriza. Kituufu tulina okugenda ku kkanisa ku Sande nga tetwekkiriranyizza nga Katonda bwe yatulagira okukuumanga olunaku olwa ssabbiiti (Okuva 20:8).

Kyokka omukyala bw'aba n'amagezi, abeera ajja kulowooza ku ngeri ey'okukwata ku mutima gwa bba. Era abeera ajja kufuna n'amagezi agasingawo okuyita mu kusaba ku ngeri gyayinza okukyusa bba. Eky'okulabirako, asobola okufumba ebyo bba byayagala, n'ayonja awaka bulungi nnyo, era n'amuyisa bulungi nnyo okubeera nti amusanyusa. Omwami bwaba akyayagala asigale awaka naye ku Sande, asobola okukyogerako naye mu ngeri ey'obwetowaze okusobola okukwata ku mutima gwe.

"Munnange ndi musanyufu nti bulijjo ondeka n'engenda. Nange njagala nnyo okusigala wano naawe nga bw'ogambye, naye Sande nina okubeera mu kusaba. Naye ku lw'omukaaga sijja kugenda wantu walala wonna wabula njakubeera wano naawe ne mu nnaku endala ez'okuwummula. Nsonyiwa bambi okukuleka wano wekka, naye njakudda mangu ddala!"

Era okusaba bwe kuggwa alina okwanguwa nga bwasobola

okuddayo eka nga bwe yasuubizza amutegekere eky'eggulo. Eno yengeri ey'amagezi. Bwajjukira nti bba yabadde alinze, oluvannyuma lw'okubaako ne ba memba bannyumya n'abo emboozi okumala akaseera, nalyoka addayo eka ng'obudde bugenze, olwo abeera amenye obwesige bba bwe yamutaddemu kati awo aba tajja kuddamu kwesiga bigambo bye.

Kituufu, mu buli mbeera, engeri omukyala gyakwatamu embeera erina kubeera yanjawulo. Waliwo embeera ng'omukyala yalina okujjulira bba so nga mu mbeera endala omukyala alina okukulembera omwami n'amaanyi omutima gw'omwami lwe gusobola okukyuka. Buli mbeera ya muntu ya njawulo, kale kiba ky'amagezi nnyo okufuna okulung'amizibwa okuva eri Omwoyo Omutukuvu!

Omukyala ddala bw'aba ayagala omwami we era ng'ayagala wabeerewo emirembe wakati waabwe, Omwoyo Omutukuvu ajja kumusomesa eky'okwogera mu buli mbeera nga bwezze. Tusobola okubuulira enjiri amangu eri abantu b'omu maka gaffe bwe tuleetawo emirembe n'ebikolwa ebirungi mu mirimu gy'Omwoyo Omutukuvu. Ennono eno y'emu esobola okukozesebwa mu basajja abalina abakazi abatakkiriza.

Leetawo emirembe olw'okwetowaaza

Yoswa bwe yamala okufa, Isiraeri yali efugibwa balamuzi okumala emyaka 450 okutuuka lwe baafuna kabaka. Katonda ye yalondanga abantu abaafuganga abantu. Bino bye byaliwo Gidyoni bwe yali omulamuzi wa Isiraeri. Bwe yadda n'obuwanguzi mu lutalo lwe baalimu n'Abamidiyaani, abantu b'omu ggwanga lya Efulayimu baali si bamativu naye (Abalamuzi 8:1).

Gidyoni yayingiza abasajja okulwana okuva mu ggwanga lya

Isiraeri lyonna. Abaana ba Efulayimu tebaavaayo mu kiseera ekyo, era olutalo baalwenyigiramu nga lunaatera kuggwa. Era olutalo bwe lwaggwa, baali bagamba nti Gidyoni teyabayita kuyingira mu ggye. Mu mawanga ga Isiraeri ekkumi n'abiri, nga erya Efulayimu teriggwa kwemulugunya.

Bwe baali baawula mu nsi y'e Kanani buli omu okufuna obusika bwe, ne beemulugunaya eri Yoswa nga bagamba nti ekifo ekyabaweebwa kyali kitono okusinga abalala bonna. Era, Ipusa bwe yagenda okulwanagana ne Abamoni, ne batiisatiisa Ipusa nga bagamba nti baakukuma ku nnyumba ye omuliro. Nga bagamba nti teyabayita kwetaba mu kulwana.

Gidyoni teyawakana na baana ba Efulayimu. Yasalawo kunoonya mirembe. Okuva ku bulungi obwali mu mutima gwe yabaddamu bulungi, era ne kikakkanya obusungu bw'abaana ba Efulayimu. Yabagamba nti:

"'Nze kye nkoze kaakano kiki okukyenkanyankanya nammwe? Ezabbibu Efulayimu z'akungudde ng'addamu tezisinga ezo obungi Abiyezeeri zaakungudde Katonda agabudde mu mukono gwammwe abalalangira ba Midiyaani Olebu ne Zeebu, era nze nandiyinzizza kukola ki okukyenkanyankanya nammwe? Awo obusungu bwabwe ne bulyoka bukakkana gyali bwe yamala okwogera gye bali bwatyo" (Ekyabalamuzi 8:2-3).

Ezabbibu Efulayimu z'akungudde ng'addamu tezisinga ezo obungi Abiyezeeri zaakungudde. Wano Gidyoni kye yali ategeeza nti omulimu gwa Efulayimu abeenyigira mu lutalo nga lunaatera okuggwa, ne batta abalangira Olebu ne Zeebu, abakulembeze b'e Midiyaani, n'okuziba ekkubo omulabe lye yali ategese okuddukiramu, gwali mulimu gw'amaanyi okusinga ogwa Gidyoni yennyini.

Gidyoni yekakkanya era n'akuliriza omulimu gw'abaana ba Efulayimu, ng'agamba nti obuwanguzi be baabusobozesezza. Bwe batyo abaana ba Efulayimu ne bataddamu kumunyiigira. Emitima gyabwe gyakakkanyizibwa era ne bafuna emirembe.

Okubeera n'emirembe, nnoonya abalala webafuniramu

Tulina n'okubeera nga tusobola okunoonya emirembe n'abantu abatulinaanye nga Gidyoni bwe yakola. Era, tulina kukola ki okubeera n'emirembe n'abantu bonna?

Okusookera ddala, tulina okuteekateeka obulungi mu mitima gyaffe. Abo abamalawo emirembe bayinza obutalowooza nti babi. Emirembe gimalibwawo kubanga kungulu balowooza nti banoonya bulungi, naye nga ddala beenoonyeza byabwe. Naye abo abanoonya obulungi tebamalaawo mirembe.

Katonda ayagala tusooke tunoonye abalala webafuniramu. Abafumbo n'abo batera okufuna ebizibu olw'ensonga y'okwenoonyeza ebyabwe. Bagala abaagalwa baabwe okukola bo bye bagala, era bagala okubaako kye bafuna bwe babeera balina kye bakoledde omwagalwa. Bwe batafuna kyenkana ne kye bawadde, batandika okwemulugunya. Kino gye kikoma okubaawo okwagala kwabwe gye kukoma okuwola.

Tekikoma ku mwami na mukyala bokka, wabula ne mu mikwano, mu bantu abakolera awamu, ne baliraanwa. Bwe tuteenoonyeza byaffe, kyokka ne tukakkana ne tuweereza banaffe, emirembe tegijja kumalibwawo.

Mu mbeera yonna, nga kyonna ekisalibwawo kikola mu maaso ga

Katonda, bw'olemera ku ndowooza yo oba ku kusalawo kwo, olwo nno emirembe giyinza okumalibwawo. Olemera ku kusalawo kwo kubanga olemera kw'ekyo ky'olowooza nti kye kituufu mu maaso go, ky'ofunamu, ekyangu gyoli, oba ekisinga okukuteeka ku mwanjo. Wadde oyize amazima era ng'ogamanyi, ojja kulaga ebigambo n'ebikolwa ebitali birungi, kasita obeera nga toteekateekanga bulungi mu mutima gwo. Bw'olemera ku ky'osinga okufunamu, oyinza okuwuliza abalala obubi oba okweyisa mu ngeri etasaana gye bali.

So nga, abo abalina emitima emirungi bajja kukakkanya abalala. Bajja kunoonya ekyo ekiganyula obwakabaka bwa Katonda, era balondewo abalala kye basinga okufunamu. Mpozzi ng'abalala bagezaako okutambulira mu butali butuukirivu, bagezaako okugumiikiriza endowooza z'abalala nga bwe basobola. Wadde endowooza yaabwe y'entuufu, tebagiremerako abalala bwe babeera n'endowooza endala.

Katonda ayagala abaana Be okubeera n'emirembe, waleme okubaawo obukuubagano oba ennyombo wakati waabwe. Ddala Ayagala twagale a buli muntu yenna era tunoonye emirembe nga tubudaabuda n'okwagalana mu mbeera yonna.

Kankubuulire emboozi y'amaka omwami gwe babba sente bwe yali agezaako okugaziya ennyo bizinensi ye. Mu kusooka baali bagagga, naye kati baali mu mbeera enzibu mu by'ensimbi. Baali mu bulamu obuzibu nga bali mu kusasula mabanja okumala emyaka mingi, so nga omwami ono n'omukyala baagezangako nga bwe basobola okutuukiriza obuvunaanyizibwa obwabaweebwa Katonda mu kkanisa. Bwe baali bayita mu buzibu obw'ekika kino, omukyala n'ategeera emitima gy'abo abaali tebali bulungi.

Edda, ng'amanyi okubabuuza, "Olidde eky'emisana?" naye, kati ng'asobola okugamba, "Tugende tulye. Njakusasula." Ng'asooka n'alowooza ku balala ne mu buntu obutono. Naye ekiro kimu, omwami n'agamba nti "Katutumyeyo enkoko bagituleetere wano."

Omukyala yalinga mugumiikiriza mu kiseera kino kyonna ekizibu, naye ku luno n'awulira bubi era n'ekimufubutukako kwe kubuuza nti, "Oli ku ki bannange? Omanyi ssente mmeka ze tulina okuteeka mu bbanka enkya?"

Omwami mu kifo ky'okuwulira nti ayisiddwamu amaaso, yayogera mu bwetowaaze nti, "Nsonyiwa. Kituufu guno musango gwange nti tuli mu mbeera eno. Nkwegayiridde yongera okugumiikiriza embeera eno tunaatera okugivaamu. Businensi enaatera okuterera." Omukyala yali alowooza nti yali talina bubi munda mu ye, naye okuyita mu kino yeezuula era n'asabira obunafu bwe. Mu kugezaako okunoonya emirembe, n'abaana baabwe baali bulungi, wadde ng'amaka gaabwe gali mu buzibu. Kati wetwogerera amaka gano gafuna omukisa gwa Katonda munene.

Ekintu ekisinga obukulu mu kunoonya emirembe gwe mutima gwaffe eri abalala. Tusobola okuwambaatira omuntu yenna era ne tukyusa n'abantu ababi bwe tuweereza abalala, ne twewaayo mu mbeera zonna mu bwetowaaze n'omutima ogw'amazima.

Bwe twekkiriranya n'agatali mazima oba ne tukwata ekkubo eritali ly'amazima nti kubanga twewala obukuubagano oba okwagala okusiimibwa abalala, tekubeera kunoonya mirembe.

Mu mbeera eno, tulina okubeera abeegendereza obutekkiriranya n'agatali mazima nga tugezaako okubeera n'emirembe. Omukkiriza bwalowooza nti ajja kwosa okugenda ku kkanisa okusaba olunaku olwa Sande okusobola okusanyusa ab'omu maka ge, kuno tekubeera kunoonya mirembe. Mu mbeera ng'eno, si abo bokka abantu abagezaako okumugaana okugenda okusaba, wabula n'omukkiriza yennyini asobla okuva ku Katonda era n'akwata ekkubo ery'okuzikirira.

Watya ne tuvuunnama mu maaso g'ebifaananyi olw'obutayagala kuyombagana n'ab'ewaffe? Oba, watya n'ogamba naawe k'ogenda ne bakozi bano, anti bonna baagenze ku kabaga era bw'otuuka eyo n'onywa omwenge?

Wayinza okulabika nga awaliwo emirembe essaawa eyo, naye nga mu makulu ag'omwoyo, ozimbye ekisenge ky'ebibi wakati wo ne Katonda. Mazima ddala oba ogyeewo emirembe wakati wo ne Katonda. N'olwekyo, Katonda tasobola ku kukuuma wadde okukuwa omukisa. Kyokka ne ddembe ly'ofunye ery'akaseera obuseera si lya lubeerera. Okusobola okukuuma emirembe mu bantu, tulina kusooka kusanyusa Katonda. Kiri bwe kityo lwakuba mu Ngero 16:7 wagamba, "Amakubo ag'omuntu bwe gasanyusa MUKAMA, atabaganya naye era n'abalabe be."

Abaebbulaniya 12:14 wagamba, "Mugobereranga emirembe eri abantu bonna, n'obutukuvu, awatali obwo siwali aliraba Mukama." Ne 1 Peetero 3:11 wagamba, "Era yeewalenga obubi, akolenga obulungi, Anoonyenga emirembe, agigobererenga." Katukuume emirembe si na Katonda yekka kyokka n'abantu bonna. Mu kukola kino, tubeera tusobola okwerabira ku bujjuvu bw'emirimu gya Katonda.

Essuula 4

Amagezi Ag'obuwombeefu

Okwerekereza buli kintu n'omutima ogw'amazima

Amaanyi ag'omutima omugabi

Emikisa egifunibwa okuva mu magezi ag'Obuwombeefu

Eddembe ery'amazima eriva mu buwombeefu

Okutegeera kuva mu buwombeefu

Okubulwa obuwombeefu kuleetawo obukyayi

"Naye amagezi agava waggulu okusooka malongoofu, nate ga mirembe, mawombeefu, mawulize, agajjudde okusaasira n'ebibala ebirungi, agatalina kwawula agatalina bunnanfuusi."

Yakobo 3:17

Abantu batera okugamba nti bwe babeera balaba abalala nga bazannya omuzannyo gw'omweso, basobola okulaba we banditadde empiki okusinga abali mu kuzannya. Azannya ne bw'abeera ng'abasinga okumanya omuzannyo ogwo, asobola obutalaba ebintu ebisookerwako bw'abeera ali ku bunkeeke bungi okuba nga yawangula omuzannyo. Naye abo abatazannya muzannyo ababeera mu kulaba babeera tebalina bunkeeke bwonna. Basobola okulaba omuzannyo obulungi, kale babeera n'obudde obulowooza. Obulamu bwaffe obw'ekikristaayo olumu bwefaanaanyirizaako n'embeera eno.

Bwe twenoonyeza ebyaffe, tuyinza obutasobola kutegeera mazima. Nga tumanyi bulungi mu bwongo bwaffe amazima ge gali wa, naye tetusobola kwefiiriza kirungi kale bwe tutyo ne tutasobola kutambulira mu mazima. Naye omutima gwaffe bwe gujjuzibwa amazima era bwe tuba nga twegyeeko okweyagaliza, tusobola okutegeera mu bwangu ekibi kye kiri wa n'ekirungi, era tekijja kutufuukira kizibu okutambulira mu mazima.

Tujja kubeera tusobola n'okulaba ekkubo ery'amazima bulungi, kale nga tusobola n'okuwabula abantu obulungi. Amagezi gano geetaagibwa nnyo mu basumba n'abakulembeze bwe babeera nga bakola omulimu gwa Katonda, okulabirira ba memba b'ekkanisa n'okubawa amagezi amatuufu. Kituufu bw'oba n'amagezi gano naawe gajja kukugasa nnyo mu bulamu bwo obwa bulujjo.

Okwerekereza buli kintu n'omutima ogw'amazima

Okubeera omuwombeefu kwe kubeera ng'olowooza ku balala, nga munda mu ggwe oli wa kisa; oyagala abalala era oli mugonvu. Naye amakulu ag'omwoyo gassukawo ku kino. Omuntu bw'aba n'amazima nga mangi mu mutima gwe kyokka nga ku ssaawa y'emu alina eddembe mu kutambulira mu mazima, asobola okugaba ekyo kyonna kyalina. Kino nakyo kizingirwamu mu makulu ag'omwoyo 'ag'obuwombeefu'. Omuntu tawaayo bintu bikwatikako byokka, wabula n'obudde bwe, amaanyi ge, okwerekereza ye byayagala, okuweereza, n'okuwaayo obulamu bwe bwennyini. Okubeera ng'osobola okweweerayo ddala, omuntu abeera alina okujjuzibwa amazima mu mutima gwe mu bujjuvu nga talina kweyagaliza kwonna mu ye.

Yesu kye ky'okulabirako ekikyasinzeeyo mu nsonga eno ey'okuwaayo buli kimu n'omutima ogujjudde amazima. Yesu Mwana wa Katonda era teyalina kibi kyonna mu ye wadde ebbala oba olufunyiro. Omutima Gwe nga ge mazima gennyini. Bwe yali ng'akyabeera mu nsi eno, ng'atambulira mu kwagala kwa Katonda kwokka era n'awaayo ebibye byonna.

Nga talidde wadde okuwummula, Yabuuliranga enjiri ey'obwakabaka obw'omu ggulu era n'awonyanga abalwadde. Yabonaabonanga nnyo era n'akulukusa amaziga mangi, gye byaggwera nga awaddeyo obulamu Bwe ku lw'emyoyo. Teyalina kibi wadde ebbala lyonna, kyokka Yakomererwa okulokola ab'onoonyi abaali balina okuzikirira. n'ebikolwa Bye Yalokola emyoyo egitabalika era n'agirung'amya eri obwakabaka obw'omu ggulu.

Kaakati, bwe tutunula mu bikolwa Bye, ne twetunulamu tweyisa tutya? Tusobola okukkiriza nga tetukakkiddwa ne tufiirwa ku lw'abalala? Tusobola okugaba ekyo kye tulina? Bwe twenoonyeza ebyaffe, ebyo bye twagala, amalala gaffe, endowooza zaffe, n'ebirala ebiringa ebyo, tubeera tetusobola kuwaayo bulamu bwaffe.

Tusobola okuyiga ku buwombeefu okuyita mu bikolwa bya

Ibulayimu mu Lubereberye essuula 13. Ibulayimu ne Lutti baafuna omukisa omunene okuva eri Katonda era ebisibo byabwe bwe byagejja ennyo, abalunzi baabyo ne batandika okukaayana. Kubanga baali balina okuliisa wamu n'okuwa ebisolo byabwe amazzi ku ttaka eryali ettono, Kyali kizibu okubeezaawo ebisolo ebingi ennyo. Ibulayimu bwe yakitegeera, n'asalawo okubeera nga baawukana. Kale mu Olubereberye 13:9, n'agamba Lutti nti, "Yawukana nange nkwegayiridde, obanga oneeroboza omukono ogwa kkono, nange naagenda ku mukono ogwa ddyo; oba bw'oneeroboza omukono ogwa ddyo, nange naagenda ku mukono ogwa kkono."

Mu bufunze, Lutti yafuna omukisa olwa Ibulayimu. Ibulayimu yayagalibwa nnyo Katonda era olw'okuba Lutti yabeeranga ne Ibulayimu, Lutti naye n'afuna obugagga bw'ebintu. Era, Lutti yali kizibwe wa Ibulayimu. Kale, singa Lutti yali awulidde ku nnyombo zino mu bakozi, yandibalabudde baleme okukiddamu amawulire gano galeme okutuuka ku kojja we, Ibulayimu. Naye si bwe kityo bwe kyali ku Lutti.

Era ne bwe yayawukana ne Ibulayimu, yalondawo ekitundu ekisinga ekyalimu amazzi amangi. Omuntu omulala yandinyiigidde kizibwe ow'ekikula kya Lutti. Naye, Ibulayimu teyaliimu kakuku konna mu ye. Yalina obuwombeefu bungi nnyo mu mutima nti yali asobola okuwaayo ebintu byonna n'okusingawo, singa omuntu omulala yalinga akyagala. Naye Ibulayimu teyafiirwa mu ngeri yonna olw'okuba yaleka Lutti okutwala ekifo ekirungi. Ate, yayongera kufuna omukisa omunene ogusingawo okusinga ne bye yali agabye.

Olw'okuba Ibulayimu yalaga Lutti obulungi, Katonda yamusuubiza nti Yali ajja kumuwa ensi yonna mu mambuka, mu maserengeta, ebvanjuba n'ebugwanjuba, era nti yali ajja kumuwa ezadde eritabalika. Olw'okuba Ibulayimu yalaga obuwombeefu obw'ekitalo era n'atambulira mu bulungi obwali bumwetaagisa, yafuna omukisa omunene ennyo okuva eri Katonda.

Amaanyi ag'omutima omugabi

Mu nsi muno kigambibwa nti si kirungi okuwaayo ebibyo ku lw'abalala, wabula okubikuuma. Era kigambibwa nti omuntu bwakubibwa, naye alina okuddiza. Era bwe bagaba ekimu, baagala bafunemu bibiri oba okusingawo. Balowooza nti ago ge amagezi. Naye mu Bikolwa 20:35 wagamba, "Okugaba kwa mukisa okusinga okutoola." Bwe tugaba era ne tugabana mu linnya lya Mukama, tujja kufuna omukisa omunene okuva eri Katonda. Gano ge magezi amatuufu.

Kambanjulire obujulizi bw'omusajja munna bizinensi. Kati alina bizinensi nnene nnyo, naye mu kusooka, yatandika n'akaduuka nga katono eyo ku njegoyego z'ekibuga. Olw'okuba teyalina nsimbi zimala, teyalina bintu bingi mu dduuka, era nga ne sente zaatunda si nnyingi nnyo. Kaali kaduuka katono, kyokka bakasitooma yabakwatanga n'amazima.

Era wadde bakasitooma baali bagula ebintu ebya layisi, ng'abannyonyola enkola y'ebintu bye yabaguzanga nga bwasobola. Nga bwe wabaawo abantu ababuuza endagiriro, ng'abalagirira bulungi ddala. Era, mu kibuga ekyo, mwalimu abakadde bangi abatuuze baamu abaalinga abanafu era nga babeera mu kiwuubaalo. Ng'abantu bano bwe bayita ku kaduuka, ng'afuluma n'ababuuza bwe bawulira n'engeri gye balimu, oba abaana baabwe baali batera okujja okubakyalira, n'ebintu ebifaananako bwe bityo. Bwe baabanga n'obuzibu mu kutambula, ng'abayambako. Ebikolwa bye birabika byakwata nnyo ku bantu bangi ddala!

Abo abaggwamu olw'esente, bayinza okulowooza nti bino yali

abikola okusobola okusikiriza bakasitooma. Naye bye yali akola yali tabikola ku lwa sente. Yali takola bikolwa bya kisa nti asobole okusanyusa bakasitooma basobole okwongera okumugulako ebintu. Yali ayagalira ddala abantu mu kibuga omwo era n'abagalanga mu mazima. Nga bakasitoma ne bwe babeera tebalina kye baguze mu dduuka, ng'abasiibula bulungi n'obuseko ku matama baleme okuwulira obubi. Ng'omuntu bwamugamba okubaako ekintu kyamukyusizaamu, ng'akikyusaamu awatali kwekkaanya.

Mu kiseera ekyo, abantu baali tebalina masimu ga mu ngalo nga bwe guli olwaleero kale nga waliwo abantu ababeera bagala okukozesa essimu ye ey'omudduuka. Ng'abaleka ne bagikozesa. Olw'okuba abantu abaali bagala okugikozesa beeyongera kwe kugiteekako olukomo esobole okubeera ebweru w'edduuka. Ng'abantu abakwatibwako obuwombeefu obw'ekika kino n'ekisa nga bafuuka bakasitooma balulango era nga bagamba n'abantu baabwe okujja okugula wano. Nga bwe babeera bava mu kitundu kino, nga bagamba abo abajja okugulanga ku dduuka lino.

Yagaba okusinga ekyali kimusuubirwamu era n'aweereza abalala mu mazima, naye teyafiirwa mu ngeri yonna. Yakwata ku mitima gy'abantu, era kino tosobola kukigeraageranya ku magoba ge yali afuna mu kiseera ekyo. Kyali ekibala eky'amagezi agaali gava mu mutima omuwombeefu.

Abantu bangi bwe bawulira emboozi eyo bakwatibwako ne bagala okukola ngomusajja oyo. Nga nga mubuliwo, si kyangu okukikola. Kasitooma bwajja n'atunula mu dduuka okumala ebbanga eddene kyokka n'atabaako kyagula, ebiseera ebisinga abatundamu banyiiga. Bwe banyonyola ku bye batunda, ate n'ekirabika nti kasitooma tegende kubagulako ng'eddoboozi likyuka. Ne babeera nga tebakyayisa bakasitooma abo abalinga abatagula nga bwe babadde babayisa mu ngeri ey'ekisa. Bakasitooma be bayisa obulungi b'ebo abazze okugula, era kasitooma bwakomawo nga yeekyusiza ng'ayagala bamukyusizeemu nga bamuyisa bubi ddala.

Kati, abantu bangi bayigirizibwa engeri y'okukwatamu bakasitooma eyo mu makampuni gye bakolera oba mu maduuka. Naye bwe babeera nga balina okweyagaliza mu bo, obusungu, n'omululu, tebasobola kulaga bakasitooma buwombeefu bungi. Tebasobola kukoma ku busungu bwabwe obububuuka n'okwetama era ebyo bye bawulira ne bifubutukayo ne biragibwa ne kungulu. Yensonga lwaki amakulu g'obuwombeefu si muntu kuwaayo ebibye byonna, wabula amazima galina okusooka okutuula mu muntu gw'omuntu oyo, era mu mazima ago mwe muva eky'omuntu okugaba buli kyalina

Emikisa egifunibwa okuva mu magezi ag'Obuwombeefu

Okujjuza emitima gyaffe n'amazima, ne tugigaggawaza, n'okwewaayo okubeera nga tuweereza abalala ge magezi ag'okukwata ku mitima gy'abantu abalala. Jjukiranga nti bw'oteekateeka obuwombeefu obujjuvu ng'ojjuza omutima gwo n'amazima amajjuvu osobola okugaba awatali kuwulira ng'ali mu kufiirwa. Ojja kusobola okuyamba abalala okubeera nga babaako bwe batereera mu mbeera gye balimu. Tojja kuteeka mwoyo ku birungi ebitono ebikuli mu maaso. Abantu abali bwe batyo kasita bafuna omukisa okuva eri Katonda Kitaffe, bategeera bulungi nnyo amagezi gano nti kya mukisa okutoola okusinga okufuna, nti era oyo aweereza yajja okusinga okuweebwa omukisa.

Olw'okuba kino tukimanyi, okuva lwe twaggulawo ekkanisa, tuwagidde amakanisa amalala agaali gaakatandika wadde ng'ekkanisa yaffe yali terina nnyingi. Wadde nga naffe ezaaliwo zaali tezitumala, twaterekanga sente nga bwe tusobola okusobola okubunyisa enjiri mu nsi yonna n'okubeera nti tulokola emyoyo egisingawo. Wadde abantu abamu bye baasabanga nga tebikola makulu okusinziira ku magezi amazaale nga ffe tubiwaayo ku lw'okulokola emyoyo egyo. Wadde twakubwa ku matama gaffe aga ddyo awatali nsonga yonna, nga tuwaayo n'amatama gaffe aga kkono singa ekyo kyali kyakuleetawo emirembe. Ng'olumu, batubba nga tukimanyi nti batubba.

Tetwakkirizanga kukubibwa nti kubanga tetwalinanga maanyi gazzaayo, era tetwawangayo ttama ddala likubibwe nti olw'okuba twali tetutegeera bulungi. Twabikolanga olw'okuba twalinanga okwagala okw'okulokola emyoyo era nga tukkiririza mu mirimu gy'omuyinza wa byonna Katonda. Bwe tweyongerayo nga tweyisa mu ngeri eyo, Katonda n'atuganya okukula ne tufuuka ekkanisa ennene ddala mu kiseera ekitono bwe kityo. Bwe twagabananga era ne tugaba, tetwayavvuwala, wabula nga tweyongera kugaggawala. Omuntu omugezi ye muntu ategeera ennono eno era n'agitambuliramu.

Kibeera kye kimu ne bw'oba nga okolera obwakabaka bwa Katonda era ng'olabirira emyoyo. Mu 2 Abakkolinso 12:15, tulaba okwatula kw'omutume Pawulo. Bwe yagamba nti, "Era ndiwaayo era ndiwcebwayo n'essanyu eringi olw'obulamu bwa mmwe. Bwe nsinga okubaagala ennyo, njagalibwa katono?" Bw'owaayo buli kintu olw'okwagala kw'olina eri Katonda n'olw'okwagala okw'emyoyo, oyinza okulabika ng'amala g'adiibuuda ebintu byo n'okubyonoona. Naye, bwe weeyongera okukola kino, ojja kwongera okwagalibwa Katonda n'abantu.

Omutume Pawulo bwe yawaayo buli kyonna kye yalina, yafuna omukozi nga Timoseewo eyatwalanga Pawulo nga kitaawe era n'amuweereza n'okumwagala nga bwe kisaanidde. Era, yafuna ekkanisa ne ba memba baamu abaali abeetegefu, singa kyali kisoboka okwetungulamu amaaso ne bagamuwa.

Eriyo ebika by'abakozi b'ekkanisa ebiwera. Eriyo abantu nga bbo balungi n'emirimu egy'obwannakyewa oba mu kutendereza, oba abalina okukkiriza okulungi oba abalina talanta ey'okusomesa. Kyokka abo abagalibwa abalala b'ebo abawaayo byonna bye balina ne baweereza abalala n'emitima gyabwe gyonna. Si na bintu bikwatikako byokka wabula baweereza n'okufuba kwonna wamu n'amaanyi gaabwe gonna.

Oba beebase oba balaba, bulijjo babeera baterese emyoyo mu mitima gyabwe era ne bagisabiranga. Bakaaba n'abalala abali mu nnaku, ne basaba wamu mu mbeera ey'okusoomoozebwa, era ne bagabana wamu essanyu so nga ne mu kukaaba babeera bonna. Omukulembeze bwe yeewaayo era n'awaayo byonna, ajja kwagalibwa abantu. Katonda ajja naye kumwagala era amusitule. Era, bw'oteekateeka amazima mu mutima gwo era ne weewaayo ku lw'abalala, ojja kubeera n'amagezi agakusobozesa okutegeera amazima obulungi ddala. Olwo nno onoosobola okuzuukiza emyoyo n'okuwonya emitima egikoseddwa.

Eddembe ery'amazima eriva mu buwombeefu

"Obuwombeefu" kye kika ky'omutima ogusobola okukola ekintu kyonna kubanga tulina amazima mu mitima gyaffe so nga mu kiseera kye kimu tulina emirembe ne bwe tutambulira mu mazima ago. Olwo, 'eddembe ery'amazima' kye ki? Yokaana 8:32 wagamba, "...era mulitegeera amazima, n'amazima galibafuula ba ddembe." Eri abo abatatambulira mu mazima, amazima gayinza okuwulikika ng'enjegere. Naye eri abo abamanyi amazima era ne bagatambuliramu mu bujjuvu, bawulira eddembe okutambulira mu mazima.

Eky'okulabirako, bwozza omusango era nga bakunoonya, okulaba obulabi omupoliisi akumalamu omutima. Naye abo abatalina musango gwonna tebalina kye bawulira ne bwe balaba omupoliisi. Era bawulira nga bakuumibwa bulungi bwe balaba aba poliisi mu kitundu kyabwe, kubanga bwe kibeera kyetaagisa bayinza n'okubayita babayambe. Abo abatambulira mu mazima bakimanyi nti amateeka ga Katonda kwe kwagala kwa Katonda era nga lye kkubo mwetuyita okufuna emikisa. Kale tebabeera na kutya kwonna.

Eky'okulabirako, katutunuulire ekiragiro nti tulina okukuumanga olunaku olwa ssabbiiti nga lutukuvu. Bw'obeera tolina kukkiriza okw'okukuuma ssabbiiti nga ntukuvu mu bujjuvu bwayo, owulira omugugu eri ekiragiro ekyo. Owulira ebigambo ebikugaana okuggulawo bizinensi yo ku lunaku olwo oba obuteenyigira mu masanyu g'ensi ku lunaku olwa Ssabbiiti okuba ng'enjegere. Naye abo abakuuma Ssabbiiti obulungi nga bwerina okubeera okuva ku ntobo y'emitima gyabwe tebawulira buzibu bwonna mu bo. Bakimanyi nti mu kukuuma Olunaku lwa Mukama nga lutukuvu babeera bakkiririza mu bukulu bwa Katonda, bwe batyo ne bafuna emirembe n'emikisa.

Tusobola okukuumibwa ne tutagwa mu bizibu ebigwa bitalaze oba ku bubenje mu wiiki yonna bwe tubeera nga tukuumye Olunaku lwa Mukama nga lutukuvu. Ab'amadduuka tebafuna loosi nti olw'okuba tebakola ku lunaku olwa Sande. Wabula ate bafunamu nnyo. Katonda abawa ensimbi ze bandifunidde mu nnaku omusanvu mu nnaku ezo omukaaga ze bakola. Asobola n'okuziyiza awandigenze sente nga wabadde tewasuubirwa. Era olw'okuba Katonda yatukuuma ne tutafuna ndwadde wadde obubenje era n'atukulaakulanya mu bintu byonna, tetulina kusasulira malwaliro wadde okugula eddagala. Sente zaffe zijja kubeera nga tezigenda mu bujanjabi obuva ku bubenje. Era ng'okusinga byonna, emyoyo gyaffe gibeera bulungi, kale ne tubeera basanyufu era ab'eddembe. Kale tubeera tuwulira bulungi nnyo okumanya amazima n'okugatambuliramu.

Eky'okulabirako ekirala, bwe tweggyako obukyayi, olwo nno, tuwulira nga tuwewuse n'okubeera abasanyufu. Edda, twawuliranga omugugu mu mutima gwaffe era nga tuswala mu maaso ga Katonda, olw'obukyayi bwe tusitudde mu ffe. Naye bwe tweggyako embala eyo eyitibwa obukyayi, tuwulira essanyu lingi. Kiwulikika bulungi nnyo n'oba nga weebuuza kale lwaki n'alwawo okweggyako obubi buno. Amazima gatufuula ab'eddembe okuva mu kikoligo ky'ebibi era ne tuteebwa mu mugugu ogw'ebibi.

Ekirala, omutima gwaffe bwe gujjuzibwa amazima, tusobola okugabana eddembe eryo n'abantu abalala. Tetusalira balala misango wadde okubasongamu ennwe nti olw'okuba tebatambulira mu mazima, wabula tubazzaamu amaanyi n'abo ne basobola okutambulira mu mazima.

'Okujjuzibwa amazima mu mitima gyaffe' si kwe kumanya obumanya amazima kye ki mu mutwe gwaffe. Ekitundu ekisembayo mu lunyiriri 1 Abakkolinso 8:1 wagamba, "...Okutegeera kwegulumizisa, naye okwagala kuzimba." Bwe tumanya obumanya amazima ng'ekimu kw'ebyo ebiri mu mitwe gyaffe, kitegeeza nti tumanyi katono ddala, so nga tuyinza okutandika okwegulumiza nga tulowooza nti buli kimu tukimanyi. Eky'okulabirako, Abo abamanyi obumanya amazima ng'ebimu kw'ebyo ebibali mu mitwe, bwe balaba omuntu ayagala okuweerezebwa, basobola okutandika okumusalira omusango n'okumusongamu ennwe. Bayinza okulowooza bwe bati, "Alabika alowooza w'amaanyi nnyo," naye ne batalowooza nti n'abo bali mu kujeemera amazima agabagamba nti temusaliranga balala emisango n'okusonga mu balala ennwe.

Ku ludda olulala, abo abalina amazima mu mutima bajja kutunuulira omuntu oyo mu ttuluba ery'ekigera ky'okukkiriza kyenkana ki kyalina. Basobola okutegeera ekikyamu n'ekituufu nga bakozesa Ekigambo, kyokka ne bwe balaba agatali mazima mu balala, babawambaatira ne babikka ensobi zaabwe n'okwagala. Olw'okuba baasaasirwa Katonda wadde baalina ensobi nnyingi n'abo balina okusaasira abalala.

Okutegeera kuva mu buwombeefu

Amazima bwe gajja mu mutima gwaffe mu bungi era bwe tubeera n'emitima eminene mu ddembe ery'amazima, tusobola okulaba obulungi ekkubo ery'okukwata mu buli kimu. Kwe kugamba, tusobola okufuna 'okutegeera'. Tusobola okutegeera kino amangu bwe tutunuulira embeera ya Yesu. Yesu yasomesanga mutima gwa Katonda eri abantu n'eddembe ery'amazima.

Mu Yokaana essuula 8 tusoma ku mukazi eyakwatibwa lubona mu bwenzi. Olunaku lumu, Abayudaaya baaleetera Yesu omukazi eyali akwatiddwa mu bwenzi. Ne babuuza Yesu kye babeera bamukolera. Okusinziira ku Mateeka ag'Endagaano Enkadde, baali balina okumuttisa amayinja. Kyokka singa Yesu yali abagambye nti mumukube amayinja, bandigambye nti Yesu talina kwagala, kyokka nga kwe yabeeranga asomesa abantu nti balina okubeera nakwo. Ku ludda olulala, singa Yesu yabagamba bamusonyiwe, bandimukolokose olw'okubuusa amaaso Amateeka.

Mu kiseera ekyo, Yesu yatandika butandisi okubaako byawandiika wansi ku ttaka nga talina kyabanyeze. Bwe baamugamba okubaako kyayogera, Kwe kwogera nti, "Mu mmwe atayonoonangako, asooke okumukuba ejjinja" (olu. 7), era n'agenda mu maaso nakuwandiika ku ttaka. Abantu bwe baalaba Yesu byawandiise, tebaasobola wadde omu okumukuba ejjinja. Kyali bwe kityo lwakuba, bye yali awandiika ku ttaka byali ebibi by'abantu bye baali bakoze. Omu ku omu ne beemulula nga baswala, era Yesu n'omukazi yekka be baasigalawo.

Yokaana 8:10-11 wagamba, "Yesu ne yeegolola, n'amugamba nti, 'Omukyala, bazze wa? Tewali asaze kukusinga?' Naye n'agamba nti, 'Mpaawo muntu Mukama wange.' Yesu n'agamba nti, 'Nange sisala kukusinga, okusooka leero toyonoonanga lwa kubiri.'"

Omukazi ono eyali akankana olw'okutya n'obuswavu yawonyezebwa mu ngeri eyeekyewuunyo. Ateekwa okuba yakuuma mu mutima gwe ekigambo kya Yesu nti, "Genda okusooka leero toyonoonanga mulundi gwa kubiri." Yesu yalina omutima ogutuukiridde ogw'amazima, bwatyo Yamanya omutima n'Okwagala kwa Katonda bulungi. Era yalina n'eddembe ery'amazima. Yalina obuwombeefu obw'okutegeera omutima gw'omwonoonyi era n'amusaasira. Yalaga amagezi okuganya abantu okutegeera okwagala kwa Katonda kwennyini ng'abagamba nti, "Mu mmwe atayonoonangako, asooke okumukuba ejjinja."

Singa Yesu yali talina mazima amajjuvu mu mutima Gwe, era singa yalinamu ko okusala emisango mu mutima gwe, teyandyogedde kigambo ng'ekyo. Kyokka singa yagamba abantu bamusonyiwe kubanga yali amukwatiddwa ekisa, Yandibadde yeetadde mu mbeera enzibu. Ebitundu by'amateeka ga Katonda byonna birimu okwagala kwa Katonda, naye tetuyinza kumala g'onoona tutyo ab'onoonyi bonna olw'okuba tubakwatiddwa ekisa. Bwe tukola ekyo, ebibi bijja kuzimbulukuka ng'eng'ano era abantu bangi bajja kugwa mu kuzikirira. Kino tekirina kubaawo. Yensonga lwaki Katonda yateekawo ekibonerezo ky'ebibi.

Yesu yatuukiriza Amateeka mu bujjuvu era n'amanya omutima gwa Katonda oguli mu Mateeka, bwatyo Yalina amagezi okuwonya buli muntu. Ekintu ekirala kye tulina okutegeera wano kwe kubeera nti Yesu teyayogera bibi by'abantu kubiyisa mu kamwa ke kyokka yabiwandiika ku ttaka. Teyabyatuukiriza aleme okuwuliza abantu obubi.

Yandyogedde buli omu kye yali akoze mu lwatu awo ng'agamba nti "Ggwe tewakola kino na kiri na kiri? Tewayenda? Oyinza otya okumukuba amayinja?" Naye teyakikola kubanga yamanya nti era bandyegaanyi ebyali bibagambiddwa singa yali agambya abantu ababi. Yabaleka ne basoma amanya g'ebibi agaali gawandiikiddwa ku ttaka basobole okugenda mu kasirise.

Okubulwa obuwombeefu kuleetawo obukyayi

Olumu, omuntu bwayogera ku nsobi z'omuntu omulala, awuliriza ayinza okuwemuukiriza omuntu oyo ng'agamba, "Naawe bulijjo olina ensobi ng'eyo!" Kituufu, si kirungi okwogera ku nsobi z'omuntu. Naye era tekiba kituufu okudda ku muntu n'omukolokota mu maaso ge olw'okuba omuntu oyo akoze ensobi. Okwo kubeera kwesasuza, era mu kukola kino obeera okolokota n'okusala emisango. Era n'omuntu awuliriza ebigambo ebyo ajja kuwulira bubi wadde ng'ebimugambiddwa bituufu.

Bwe tubeera ng'amazima tumanyi mamanye, nga tetugateekateeka mu mitima gyaffe, tusobola okukosa abalala nga tetutegedde. Tetulina kutereka buteresi kigambo kya Katonda mu mutwe gwaffe wabula tukitambuliremu nga tukitereka mu mitima gyaffe. Olwo nno lwe tunaasobola okuwambaatira abalala n'omutima omunene.

Abo abalina obuwombeefu mu mitima gyabwe tebawuliza balala bubi. Omuntu ne bw'aba nga yeeyisa bubi, tebamusalira musango, wadde okumukolokota, oba okumuyisa obubi. Wabula bajja kumukulembera eri amazima nga bamulaba nga omwoyo ogw'omuwendo. Bw'obeera n'omutima ogw'ekika kino, ojja kufuna amagezi okutwala abalala eri obulamu. Gano ge magezi agafunibwa okuva mu buwombeefu.

Tulaba olugero olw'omwana eyazaawa mu Lukka essuula 15. Yasaba kitaawe ensimbi z'obusika bwe nga tanneetuuka era ye n'ava awaka n'agenda. Yakomawo nga takyalina wadde sente yonna. Kyokka wadde guli gutyo, kitaawe yadduka gyali, n'amuwambaatira era n'amutegekera akabaga nga musanyufu. Kati omutabani omukulu bwe yakomawo awaka yanyiiga olw'embeera eno. Nti kitaawe tamuwangayo wadde akabuzi, wadde okumukolerayo akabaga, kyokka laba bwategekera ono eyali yazaawa embaga!

Singa omutabani omukulu yalina okwagala ng'okwa kitaawe, yandiyisizza muganda we n'omutima omunene era omuwombeefu. Yandirowoozezza nti ddala ebya Kitaawe bye bibye, era nti essanyu lya kitaawe naye lyandibadde lirye. Singa yali ayanirizza muto we n'omutima ogw'ekika ekyo, kitaawe yandimuwadde eby'obugagga by'amaka ago byonna mu ssanyu ng'obusika bwe.

Abaruumi 15:1-3 wagamba, "Era ffe abalina amaanyi kitugwanidde okwetikkanga obunafu bw'abo abatalina maanyi, so si kwesanyusanga fekka, Buli muntu mu ffe asanyusenga munne mu bulungi olw'okuzimba. Kubanga era ne Kristo teyeesanyusanga yekka, naye, nga bwe kyawandiikibwa, nti, 'ebivume byabwe abaakuvuma byagwa ku Nze.'"

Abaana ba Katonda balina okufa kw'abo abanafu era ne basanyusa baliraanwa baabwe olw'obulungi bwabwe, olw'okuzimbibwa kwabwe. Kansuubire mujja kuteekateeka omutima omunene ogw'obuwombeefu okufulumyanga evvumbe eddungi buli wamu, musobole okufuuka abaana ba Katonda abo be yeenyumirizaamu.

Essuula 5

Amagezi Ag'obuwulize

Ekibala eky'obulungi mu bigambo ne mu bikolwa

Tulina okubeera n'obuvumu obw'omwoyo

Obutaleetera muntu yenna kwesittala

Omuntu obutakozesa ddembe lye na kitiibwa kye nga bwayagala

Emikisa egiri mu kutambulira mu bulamu obw'okwefuga ku lwa Katonda

"Naye amagezi agava waggulu okusooka malongoofu, nate ga mirembe, mawombeefu, mawulize, agajjudde okusaasira n'ebibala ebirungi, agatalina kwawula agatalina bunnanfuusi."

Yakobo 3:17

Abaana bwe babeera tebannategeera sente bulungi, abamu babeera bagala binusu okusinga sente ez'empapula. Katugambe omwana ng'oyo bwabeera akutte ekinnusa ekya 50, n'omugamba, "Bw'ompa ekyo ekinusu ekya 50, ngenda kukuwaamu ak'omutwalo." Awo nno omwana ajja kugamba nti 'nedda' anyweze nnyo n'ekinusu kye baleme okukimugyako. Kubanga kye yali alabye kwe kuba nti yasobola okufuna swiiti mu kinusu ekyo ekya 50, amanyi bulungi nnyo kyasobola okufuna mu kinusu ekyo. Naye tategeera muwendo guli mu kamutwalo. Abantu abamu balinga abaana bano mu maaso ga Katonda.

Katonda abagamba, "Mukuumenga amateeka gano mukolenga obulungi, era n'abawa omukisa." Kyokka ne batagonda. Mu maaso gaabwe, okukuuma ebiragiro bya Katonda si kikulu nnyo ku ssaawa eyo. Naye abo abagezi mu mwoyo bategeera bulungi nnyo nti omukisa gwa Katonda gusinga nnyo amagoba ag'amangu agasobola okufunibwa okuyita mu ngeri z'ensi. Yensonga lwaki bakuuma amateeka era ne babeera beetegefu okutambulira mu bulungi. Era beggyako n'ebibi wamu n'obubi ne basobola okugoberera emirembe.

Abantu ng'abo bajja kubala ebibala eby'obuwombeefu n'obuwulize, Gamba nga, okuba n'ekibala eky'obuwombeefu n'okulowooza ku balala n'okubeera nga beetegefu okuwabulwa. Obuwombeefu n'obuwulize birina embala ze zimu, era bisobola okutambulira awamu. Embala ezo zombi ziva mu bantu ng'emitima gyabwe minene era migabi.

Ekibala eky'obulungi mu bigambo ne mu bikolwa

Obuwulize kwe kuvaamu evvumbe ery'obulungi n'omutima omulungi ogulina ebibala ebirungi mu bigambo ne mu bikolwa.

Omutima gwaffe bwe gubeera gujjudde obulungi n'amazima, ebigambo ebituvaamu bijja kubeera bigambo birungi era ebikolwa byaffe byonna bijja kubeera birungi. Naye okubeera omulungi tekitegeeza kubeera mugonvu era omuwombeefu ekiseera kyonna. Mulimu n'embala ey'obuvumu n'obuteekwatakwata. Engeri omutima ogw'obulungi obw'omwoyo gye gubeera nga gujjudde amazima, gubeera n'obuyinza obw'ekitangaala okubeera nga gugobawo ekizikiza.

Mu nsi ey'omwoyo, obutaba na kibi ge manyi. Ne mu baana, bwe babeera nga bateeseteese okutukuzibwa kw'omutima mu bo, ekizikiza kijja kuvaawo nga boogedde bw'ogezi. Kale bwe tubeera bawulize, tusobola okuyamba abalala okutegeera ekizibu eky'omwoyo ne tubayamba okufuga engeri gye balowooza. Abasumba n'abakozi bwe baabeera n'embala ey'obuwulize, bajja kubeera n'obuyinza ku bigambo byabwe bwe bawa abakkiriza amagezi.

Katugambe eriyo abantu abalina ebibuuzo ebiva mu ndowooza zaabwe ez'omubiri, era omukulembeze atalina buwulize mu ye bw'abawa eky'okuddamu. Kijja kumalawo ekizibu kyabwe naye mu kaseera ako kokka. Abantu bano abalina ebirowoozo eby'omubiri bajja kuddamu mu bwangu ddala okubeera n'ebibuuzo eby'ekikula ekyo. Wadde ebibuuzo byabwe bididdwamu, bajja kubeera n'okubuusabuusa okulala. Kale omukulembeze ne bwabawabula oba okuddamu ebibuuzo byabwe, bajja kukomawo mangu ddala n'ebibuuzo ebirala.

Naye omukulembeze bwabala ekibala eky'obuwulize mu ye, asobola okubayamba okumenyaamenya olujegere olwo olw'ebirowoozo. Omukulembeze asobola okutegeera amangu ebirowoozo by'abantu abalala, n'aba ng'asobola okubalung'amya ne balowooza mu ngeri ey'obulungi. Omukkiriza ajja kufuna emirembe era ayige n'okufuga ebirowoozo bye okuyita mu magezi ag'ekika kino.

Okubeera omuwulize si kukwata mpola na kubeera mugonvu kyokka ekiseera kyonna. Eby'okusalawo byombi bwe bibeera tebirina buzibu nga biri mu mazima, oyo omuntu alina obuwulize ajja kulondawo ekisinga okusanyusa mu maaso ga Katonda, ng'abitegeera okuyita mu Mwoyo Omutukuvu. Embala z'obuwulize zisobola okwawulwamu engeri ssatu.

Esooka, ewa emirembe eri abalala era esobola okutegeera amazima mu mbeera yonna esobole okubawa emirembe.

Omuntu alina obuwulize bw'aba alina gw'awabula oba okubudaabuda, asobola okutegeera ekizibu we kiva era n'atereeza emitima gy'abalala. Omuntu bw'aba n'omwoyo ow'okweyagaliza, amaaso ge gajja kuzibibwa ebyo bye yeeyagaliza n'omutima gwe omubi. Naye bwe tutabeera na kweyagaliza kwonna, tusobola okulaba engeri ey'okugonjoolamu ebizibu. Okubeera n'okweyagaliza kwe kweweereza wekka. Embeera ey'okweyagaliza ejja kuteeka nnyo essira ku 'ebyange', 'ab'omu maka gange', 'etutumu lyange n'amaanyi', 'ekitiibwa kyange', ne 'okubeera kwange obulungi'.

Mu Lukka essuula 12, waliwo omuntu eyajja eri Yesu n'amusaba agambe muganda we agabane naye eby'obusika byabwe. Mu mbeera eno, Yesu talina kye yamusomesa ku kyakugabana bya busika na kyenkana ki buli omu ku b'oluganda bano kyalina okufuna.

Wabula, Yagezaako okusomesa ekisingako obukulu bwagamba mu Lukka 12:15, "Mutunule, mwekuumenga okwegomba kwonna, kubanga obulamu bw'omuntu si by'ebintu ebingi by'aba n'abyo." Okuggyako ng'omuntu ono yegyeeko okweyagaliza, yali tajja kukoma kubeera na bukuubagano ne muganda we lwa bintu. Kale, bwatyo Yesu kwe kumuwa eky'okuddamu ekikulu ennyo eri ebizibu bye. Yamuwa eky'okuddamu eky'omwoyo ng'ayigiriza amakubo amatuufu ag'okufunamu emikisa.

Bw'otunula mu mutima gwo n'obuwulize, ojja kusobola okulaba

ebizbu byo we biva. Bw'oteekateeka obuwulize, tojja kukoma kukugonjoola bizibu byo byokka, wabula, n'ebizibu by'abalala.

Kankuwe eky'okulabirako kya Danyeri. Berusazza kabaka wa Babirooni eyasembayo yategeka ekijjulo eky'amaanyi eky'abaami be ne bakyala baabwe. Era ne banywera omwenge mu bibya bya zaabu ne ffeeza ebyagibwa mu Yeekaalu e Yerusaalemi. Abantu ne babinyweramu nga bwe basinza bakabaka ba zaabu ne feeza, n'abebikomo, ab'ebyuma, ab'emiti n'abamayinja.

Amangu ago ne walabika omukono ogw'omuntu ne gutandika okuwandiika ku ttaka ery'okukisenge ky'olubiri. Awo amaaso ga kabaka ne gawanyisibwa gy'ali, n'ebirowoozo bye ne bimweraliikiriza, n'ennyingo ez'omu kiwato kye ne ziddirira n'amaviivi ge ne gakubagana. Kabaka n'ayita ne ddoboozi erya waggulu okuyingiza abafumu, n'abakaludaaya n'abalaguzi era n'ayogera n'agamba abagezigezi ba Babulooni okusoma omukono bye gwali guwandiise. Naye ne wataba asobola kubisoma. Awo kaddulubaale bwe yabiwulira n'amugamba nti Danyeri asobola okubisoma, kubanga yali abuulidde kabaka Nebukadduneeza ekirooto kye awamu n'okukivuunula.

Danyeri n'ajjukiza Berusazza nti omutima gwa Nebukadduneeza bwe gwegulumiza n'akola eby'amalala, Katonda kwe kumugoba mu ntebe ye ey'obwakabaka. Kyokka Berusazza, teyakakkana mu mutima gwe wadde bino byonna yali abimanyi. Nga yali yeegulumiza nnyo okutuuka n'okunywera omwenge mu bibya ebyava mu Yekaalu e Yerusaalemi ng'eno bwasinza ne bakatonda abalala! Danyeri yamuganya okutegeera nti eno ye yali ensibuko y'ekizibu.

Awo, Danyeri n'alyoka asoma ebyawandiikibwa n'omukono, "MENE, MENE, TEKEL, UPHARSIN," era nanyonnyola amakulu gaabyo. Byali bitegeeza nti obwakabaka bwe bwali bwawuddwamu nga buweereddwayo eri Abameedi n'Abaperusi.

Berusazza n'asanyukira enzivuunula ya Danyeri. N'alagira Danyeri ayambazibwe olugoye olw'effulungu, n'amwambika omukuufu ogwa zaabu mu bulago bwe, era n'amufuula omukulu ow'okusatu mu bwakabaka.

Wandikoze otya singa wali mu bigere bya Berusazza? Singa ddala yakkiririza mu bigambo bya Danyeri, teyandifudde ku kyakuwa Danyeri birabo. Wabula yandirowoozezza ku bwagonjoola ekizibu ekyo okusobola okwewala ekibonerezo kya Katonda. Obwakabaka bwe bwali busaliddwa gwa kuzikirira olw'okwemanya kwe, kale yalina okutereeza ensobi ze naye teyakikola.

Berusazza ebigambo bya Danyeri yabitwala nga ebyali bigenderera omuntu omulala. Bwatyo yagenda mu maaso n'okweyagala mu mbaga. Era ekiro ekyo kye nnyini, obwakabaka bwe bwatwalibwa ne Berusazza n'attibwa. Katonda yamulabula nga bukyali n'ekyewuunyo, era n'amuwa n'eky'okuddamu okuyita mu magezi ga Danyeri, naye era, Berusazza tekyamuyamba. Yawulira amagezi naye teyagakozesa, bwatyo n'atagafunamu.

Tulina embeera ze zimu ne mu nsi olwaleero. Bagala nnyo okuwuliriza amagezi n'okwebuuza ku bantu ab'omwoyo, naye tebateeka mu nkola ebyo bye bagambiddwa mu bulamu bwabwe. Tetuyinza kufuuka bagezi olw'okuweza obuweza okumanya. Tuyinza okufuuka abagezi singa tukkiriza ebigambo bya Katonda mu mutima gwaffe era ne tukyuka nga tukitambuliramu. Tulina okusooka okufuba okukyuka n'amagezi ago amalungi nga tetunnaba kukyusa bantu abatuliraanye. Mu ngeri eno, abantu ab'omu maka gaffe n'abantu abalala abatwetooloodde n'abo bajja kujja wansi w'ekisa kya Katonda.

Embala ey'okubiri ey'obuwulize kwe kumatira n'okukakkana mu

kutegeera okwagala kwa Katonda ne mu mbeera enzibu.

Abafiripi 4:11-13 wagamba, "Si kubanga njogera olw'okwetaaga, kubanga nnayiga, embeera gye mbaamu yonna obutabaako kye nneetaaga. Mmanyi okwetoowaza, era mmanyi bwe kiba okuba n'ebintu ebingi, mu buli kigambo ne mu bigambo byonna nnayiga ekyama ekiri mu kukkuta ne mu kulumwa enjala, okuba n'ebingi era n'okuba mu bwetaavu. Nnyinzizza byonna mu Oyo ampa amaanyi."

Nga bwe kyogera, bwe tubeera n'obuwulize, tetubeera na kuwankawanka kwonna mu mutima, si mu biseera birungi byokka, wabula ne mu biseera ebizibu. Tetulina kuggwamu maanyi nga tugamba nti, "Bannange eno embeera ate essusse." Tujja kubeera nga tusobola okukola ekintu kyonna n'okwebaza wamu n'okusanyuka. Kiri bwe kityo lwakuba ekisa kya Katonda kye tulina mu ffe ky'amaanyi nnyo okusinga obuzibu obwo bwe tubeera tusisinkanye mu kaseera ako.

Abantu abamu balagira ddala obutali bumativu bwabwe ebintu bwe bitabatambulira bulungi nga bwe babadde bagala oba bwe babeera mu mbeera enzibu. Babeera tebateredde, amaaso gaabwe gakyuka, era ne baleetera n'abalala okwerariikirira. Ne batandika okwemulugunya n'okwogera ebigambo eby'obukaawu, bayinza n'okuteeka omusango ku balala ku lw'ebintu ebitatambula bulungi. Kyokka mu ngeri eno tetusobola kugonjoola nsonga yonna. Ebikolwa eby'ekika kino bijja kutulemesa okwerabira ku mirimu gya Katonda, era tujja na kufiirwa n'emitima gy'abalala.

Abo abateeseteese obuwulize mu bo, bo tebajja kugwebwako mirembe mu mutima gwabwe wadde mu mbeera enzibu. Tebeewuunya wadde okunakuwala. Bategeera mu kasirise okwagala kwa Katonda. Kubanga ekisa kya Katonda kye baafuna kingi mu bo era bakakafu nti okwagala kwa Katonda we kuli ku lwabwe, bwe batyo basobola okubeera mu mirembe. Era ne basalawo eky'okukola ekisinga mu mbeera eyo.

Banoonya engeri esingayo n'ekisa kya Katonda, era olw'okuba beesiga Katonda mu mbeera zonna, tebaccankalana mu mutima. Obwesige bwabwe mu Katonda bwe bubeera obw'amazima, Katonda abaddamu era Ye n'addizibwa ekitiibwa.

Bwe twali nga tukyategeka enkung'ana ez'omu mawanga ag'enjawulo, waliwo ebintu bye nasisinkananga bye nalinga sisuubira. Naye bwe nneesiganga Katonda nga siyuzeeyuze mu ngeri yonna, nga Katonda atuggulirawo ekkubo. Embeera ng'eyo yaggwaawo mu kuluseedi y'e Buyindi eyaliyo mu 2002.

Waliwo ekyaggwawo kye twali tetusuubira wadde nakatono ku lunaku olw'okusatu olwa kuluseedi. Bwe nnali mbuulira, ne wabaawo embuyaga ey'amaanyi n'enkuba ey'amaanyi ennyo. Nnali nsaba mu mutima gwange nge bwe mbuulira, naye ng'enkuba yeeyongera bweyongezi. Katonda bulijjo yatuwanga obudde obulungi mu mulimu gw'ekkanisa gwonna, era nga n'enkuba ey'amaanyi erekeraawo okutonnya okuyita mu kusaba. Naye ku luno n'atoba nzenna, omulundi ogusookedde ddala mu buweereza bwange.

Era wandibaddewo ebizibu bingi olw'enkuba eno. Waaliwo zi jenereeta nnyingi, n'ebyuma ebirala ebitambuza amasanyalaze saako okukasuka ekifaananyi. Singa emu ku waya ezo yatoba, kyandibadde kibi nnyo. Ate engeri gye waali abantu abangi, wandibaddewo obubenje bungi singa abantu baasalawo okudduka okwewogoma enkuba. Naye n'agenda mu maaso ne kuluseedi wakati mu nkuba ennyingi nga n'abantu beewaddeyo okutegeera okwagala kwa Katonda. Ssaalemerako nti Katonda yalina okutuukiriza okwagala kwaffe. N'alindirira okulaba kiki ekiddako Katonda bwagenda okugulumizibwamu ku luno.

Wadde tetwasooka kukimanyirawo nti gwali mukisa gwa Katonda. Lwakuba abantu tebasobola kukirowoozaako bwe batyo. Kubanga okutwaliza awamu, kisingako bwe watabaawo nkuba mu kuluseedi, kubanga ebiseera ebisinga ebeera etegekeddwa bweru. Kyokka kyali kyanjawulo mu Buyindi. Ensi eyali eyokeddwa omusana kumpi emyezi munaana nga bali mu kubonaabona n'enjala we waali wafunye enkuba. Enkuba kye kyali ekisa kya Katonda ku lw'abantu b'omu kitundu.

Era, bwe baandaba nga mbulira n'okubasabira mu ngeri ey'amaanyi wakati mu nkuba, abantu bangi baakwatibwako mu mitima gyabwe. Twebaza Katonda olwa kino, kubanga omuwendo gw'abantu ogutabalika gwatweyongerako ku lunaku olwaddako era ekifo kyonna ne kijjula. Lwe lwali olukungaana lw'ekikristaayo olukyasinze abantu mu byafaayo by'e Buyindi.

Abaruumi 8:28 wagamba, "Era tumanyi nti eri abo abaagala Katonda era abayitibwa ng'okuteesa Kwe bwe kuli, ebintu byonna abibakolera wamu olw'obulungi." Okukkiriza si kwe kwagala obwagazi ara okuleetera Katonda okukola ekintu nga bwokyagala Akikole. Bwe tuba nga ddala tukkiriza, tulina okutegeera okwagala kwa Katonda nga tumwesigamako mu bujjuvu ekiseera kyonna, era mu kwagala Kwe, tulina okuzuula engeri gye tugenda okutambuliramu mu kukkiriza.

Bwe tubeera bamativu munda mu ffe mu mbeera gye tubeera tuyitamu era ne tugoberera obulungi, Omwoyo Omutukuvu bulijjo ajja kumulisa mu kkubo lyaffe. Mu ngeri eyo oba osobola okutegeera nti okugenda essaawa eno, kwe kwagala kwa Katonda, oba tulina okulindako ne tulyoka tuddamu oluvannyuma. Gano ge magezi agatusobozesa okwerabira ku mirimu gya Katonda oyo atambula naffe ne mu kiwonvu eky'okufa.

Ey'okusatu, bwe tubeera n'obuwulize obw'amaanyi, tetujja

kukoma kukugondera ebigambo bya Katonda wabula tujja kukola n'ekisinga ku kitusuubirwamu.

Katugambe nti waliwo abazadde abagambye mutabani waabwe nga bafuluma okubaako ebintu byakola nti, "labirira muto wo okole ne waaka yo!" Akalenzi kano osanga kandizanye buzanyi bwe kamaliriza waaka waako, naye abazadde we baddira awaka, nga teyakoze waaka we yekka, wabula yanaazizza ne muto we, n'ayoza n'ebintu, n'agezaako n'okulongoosa ennyumba, wadde nga teyanyiridde nnyo. Yagezezzaako okutegeera omutima gw'abazadde be n'akola okusinga ne ku kye yabadde alina okukola. Bwe balaba omwana ow'ekika kino, engeri gyabasanyusaamu, abazadde be nga bateekwa okuba nga bamwenyumirizaamu! Wadde akyali mwana muto abeera, yeesigika.

Mu ngeri y'emu, abo abalina obuwulize bajja kugondera Ekigambo kya Katonda nga bwe kiri kubanga bagala Katonda. Era, n'okumulisibwa kw'Omwoyo Omutukuvu, basobola okutegeera ekisingawo mu buli kimu bwe batyo ne batambulira mu bulungi obuli ku ddaala erya waggulu. Katonda bw'abalagira okukola ekintu kimu, olw'okuba bategeera omutima gwa Katonda bakola bibiri oba bisatu oba n'okusingawo. Katonda Kitaffe bwatunuulira abaana nga bano, ajja kusanyuka nnyo agambe, "B'alungi mu maaso Gange."

Mu bulamu bwo Obw'ekikristaayo, ebiseera ebisinga olina okulondawo ku bintu bibiri. Ekimu eky'amazima n'ekirali ky'amazima, era nga ddala olina kulondako mazima. Ebintu byombi bwe bibeera birungi mu mazima, abantu abasinga bagala okulondako kye basinga okwagala. Naye bwe tubeera n'obuwulize obujjuvu, olwo nno, tetujja kulondako kye twagala okusinga wabula ekyo ekisinga okugulumiza Katonda. Tujja kulowooza ngeri ki ejja okusanyusa Katonda.

Bwe kityo bwe kyali ne ku Danyeri. Obwakabaka bwa Yuda obw'omu Maserengeta bwe bwazingizibwa Babirooni, Danyeri ne mikwano gye ne batwalibwa nga abawambe. Kabaka w'e Babirooni n'alondamu abamu ku bawambe okuva mu nsi ya Isiraeri, omuli n'abo ab'ezadde lya kabaka n'ab'ezzadde ly'abakungu, abavubuka abataaliko bulemu bwonna, abaali balabika obulungi, nga balina n'amagezi n'okutegeera, era abaalina obusobozi okuweereza mu lubiri lwa kabaka. Kabaka n'alagira bayigirizibwe amagezi g'Abakaludaaya n'olulimi lwabwe.

Danyeri n'emikwano gye essatu baalondebwa, kyokka ne basalawo nti ne mu mbeera ng'eno, baalina okukuuma emitima gyabwe n'endowooza. Baali bamalirivu obuteeyonoonesa n'emmere wamu n'omwenge eby'omu lubiri ebyabagabulwanga. Kiri bwe kityo lwakuba mu mmere eyagabulwanga muteekwa okuba mwalingamu emmere ey'omuzizo eyagaanibwa mu mateeka ga Katonda.

Danyeri n'emikwano gye esatu ne basaba omukulu w'abalaawe abayambe. Baamusaba abawenga mazzi na bijanjaalo byokka. Kyokka omukulu w'abalaawe n'atya nti bayinza obutalabika bulungi nga bwe kirina kubeera, nalyoka abonerezebwa kabaka. Bwatyo Danyeri n'emikwano gye ne bateesa nti kino akibawe ng'ekigezo okumala ennaku kkumi. Era oluvannyuma lwe nnaku 10 nga balya mazzi na bijanjaalo byokka, ne wabaawo ekyenjawulo ekyaliwo. Danyeri n'emikwano gye esatu ne balabika bulungi era nga banene okusinga abavubuka abalala bonna, wadde nga bo baalyanga mazzi n'abijanjaalo kyokka ng'abavubuka abalala balya ku mmere ya kabaka.

Mu mbeera ng'eya Danyeri wandikoze ki? Jjukira yali muwambe, olina kulya bye bakuwadde okulya. Tolina buyinza bwakweroboza. Kiyinzika n'okuba nga kitundu ku mmere eno kye kyali eky'omuzizo naye si yonna. Naye n'ogamba nti oyagala emmere nga yanjawulo!

Omukulu ayinza okukukyawa, era kino bwe kituuka ku kabaka kiyinza naye okumunyiiza. Oyinza okumala galya ng'abawambe abalala bonna nga muli ogamba nti, "Embeera eno ensusseeko." Naye Danyeri n'emikwano gye beewaayo balyenga bijanjaalo byokka, si kulya emmere ennungi eyali ebategekerwanga. Baali bamalirivu okukuuma amateeka ga Katonda n'okuyita mu mmere gye baalyanga, kati ate kubisaamu bwe kyatuukanga kukuumanga amateeka ga Katonda mu bintu ebirala!

Katonda yasanyukira nnyo emitima gyabwe nga bagezaako okulondawo kiki ekisinga mu maaso ga Katonda. Danyeri 1:17 wagamba nti, "Naye abavubuka abo abana, Katonda n'abawa okumanya n'okutegeera mu kuyiga kwonna, n'amagezi, Danyeri n'aba omukabakaba mu kwolesebwa kwonna ne mu birooto." Danyeri n'emikwano gye esatu baafuna emikisa mingi ddala olw'okutegeera kwabwe n'okumanya. Baatuuka mu bifo ebya waggulu bwe baasiimibwa kabaka.

Tulina okubeera n'obuvumu obw'omwoyo

Si kintu kyangu okulondawo ekisinga mu maaso ga Katonda mu mbeera zonna. Era ne bwe tulondako ekisinga 'obulungi', tusobola okusisinkana ebizibu mu kifo ky'okufuna emikisa egya mangu. Kyokka ne mu biseera ng'ebyo, tulina okubeera n'obumalirivu okubeera nga tubikkiriza, nga tetwemulugunyizza wadde okuba n'obukaawu.

Naye kino okusoboka tulina okubeera n'obuvumu obw'omwoyo. Tulina okubeera n'obwesigwa obugumidde mu Katonda, Nga tukkiriza nti Katonda ali ku ludda lwaffe nti era ye nnyini bulamu bwaffe. Tulina okujjukiranga endowooza Danyeri n'emikwano gye gye baasitulanga okutuusa lwe baasaba omukulu w'abalaawe okubayamba mu ngeri eyo.

Oba olyawo omukulu w'abalaawe yandibadde tabawuliriza wadde nakatono. Kubanga okukola ekyo naye yandibadde yeeteeka mu buzibu. Teyandibafuddeko wadde nakatono, naye yabawa okusaba kwabwe okwali okwenjawulo. Ddala kino kyali kisa kya Katonda. So nga mu kiseera kye kimu, tulina okutegeera nti Danyeri n'emikwano gye baali balungi, nga beesigwa, era nga bantu abagalibwa mu maaso g'omukulu w'abalaawe n'abantu abalala. Kitegeeza nti baali bawezezza ekigera ekimala eky'ebikolwa byabwe ebirungi okusinziira ku bwenkanya okuba nti mu kaseera kano akazibu Katonda yasobola okukwata ku mutima gw'omukulu w'abalaawe.

Mu kulaga okukkiriza kwo, olumu olina okubaako enkolagana ennungi gy'oteekawo eri abalala. Eky'okulabirako, oyagala okubaako omukolo gw'ekkanisa gw'ogendamu, naye nga kizibu okukuwa obudde ku mulimi oba ewaka okugenda ku mukolo ogwo. Mu mbeera nga zino, ggwe okusobola okukkirizibwa mukama wo olina okubaako ebirungi ebiwera by'ozze okola ku mulimu gwo.

Bulijjo olina okukolanga n'amaanyi n'okufuba kwo kwonna abalala okusobola okukusiima. Olina okukola omulimu gwo obulungi nga tonnatandika kusaba kuweebwayo budde okugenda ku mukolo gw'ekkanisa era oleme n'okukaluubiriza bakozi bano b'onooba olekawo. Ne bwe kituuka ku bantu b'ewammwe, olina okukwata ku mitima gyabwe n'obaganya okutegeera nti wadde tosobola kubeera n'abo mu mubiri naye obeera obalowoozaako. Tojja kwonoonesa linnya lya Katonda singa onooba ojja okola ebirungi ekiseera kyonna. Bw'omala gakola nga bwoyagala bulijjo, kyokka n'obasaba bakuweeyo obudde okugende mu by'ekkanisa, okwo kujja kubeera kwenoonyeza bibyo.

Obutaleetera muntu yenna kwesittala

Tusobola okutegeera kyenkana ki Pawulo kye yali ateeseteeseemu obuwulize mu ye bwe tulowooza ku bikolwa bye n'emirimu gye. Yakuuma amateeka ga Musa bulungi ddala ne bwe yali nga tannakkiriza Mukama. Bwe yamala okusisinkana Mukama, buli kimu n'akiwaayo ku lw'enjiri, era teyeeyagalira mu kyeyandyeyagaliddemu.

Eky'okulabirako, yayogera mu 1 Bakkolinso 8:13, "Kale oba ng'eky'okulya kyesittaza muganda wange, siiryenga nnyama emirembe gyonna nnemenga okwesittaza muganda wange." Kino era kyali eky'okuddamu eri ekibuuzo, "Tusobola okulya emmere eweereddwayo eri bakatonda abalala?"

Ekibuga ky'e Kkolinso mu kiseera ekyo nga Pawulo aweereza kyalimu okusinza bakatonda abalala kungi. Era ng'abantu ddala batunda ennyama eweereddwayo eri bakatonda abalala. Abantu abamu nga bagula ennyama eno nga tebategedde nti yaweereddwayo eri bakatonda abalala. Abamu ku bakkiriza nga beewuunya oba nga ddala tekyali kibi mu maaso ga Katonda.

Kituufu bw'omanya nti ekintu kyaweereddwayo eri bakatonda abalala, kisingako obutagirya. Naye tosobola kulondoola yonna gye bagabye nnyama kiseera kyonna. Kale tekiba kibi kibi bw'olya emmere eweereddwayo eri bakatonda bwe weesanga ng'ogiridde. Kati ebeera mmere; okugirya tekitegeeza nti weetabye mu kusinza bakatonda abalala.

Naye abo abalina okukkiriza okutono, basobola okuwulira obubi okulya ekintu ekiweereddwayo mu bakatonda abalala. Era ne bwe balaba omuntu omulala alina okukkiriza ng'agirya ebintu ebyo, basobola okulowooza nti yeetabye mu kusinza ebifaananyi. Basobola okumusalira omusango n'okumukolokota nga bagamba, "Kale laba omuntu alina okubeera omukkiriza omulungi, kale lwaki ng'alya ebintu ng'ebyo?"

Oba, n'abo bayinza okumaliriza nga bagiridde nga bagamba muli nti kasita n'omuntu ow'okukkiriza naye alidde. Tewaba buzibu bwe bagirya nga balowooza nti kasita mmere bumere, naye kibeera kikyamu bwe babeera bakirowoozaako nti ng'eno bwe balya, nti kale yaweereddwayo eri bakatnda abalala. Abaruumi 14:23 wagamba, "Naye oyo abuusabuusa azza omusango bw'alya, kubanga talya mu kukkiriza, na buli ekitava mu kukkiriza, kye kibi." Bw'owulira muli nti tolina kubeera ng'okola ekintu kyokka n'ogenda mu maaso ng'okikola, kiwa Setaani omwagaanya okukuggulako omusango.

Era, bw'ogenda mu maaso n'okukola ekyo omutima gwo kye gugaanyi, kijja kuleetera omutima gwo okubeera nga tegukyafaayo. Ekiseera kijja kutuuka ng'omutima gwo tegukyafaayo ne bw'okola ekibi eky'amaanyi. Bwe kyatuuka ku Pawulo, ye yali asobola okulya ebintu ebiweereddwayo eri bakatonda abalala nga tafuddeyo kubanga yalina okukkiriza, naye yasalawo obutagirya olw'okutya nti wayinza okubaawo ey'esittala bwamulaba ng'agirya. Kyava agamba nti, siiryenga nnyama emirembe gyonna nnemenga okwesittaza muganda wange

Omuntu obutakozesa ddembe lye na kitiibwa kye nga bwayagala

Omutume Pawulo yeefiiriza ebitiibwa bye n'obuyinza ku lw'enjiri. Yeerekereza okulya n'okunywa, oba okuwasa ng'abantu abalala, asobole okuteeka essira lye lyonna ku kubuulira enjiri. Eya yagamba nti yeefiriza n'eddembe ery'okufuna okuva mu bakkiriza.

Nga bwe kirina okuba, abaweereza balina okufuna ebyetaago byabwe okuva mu bakkiriza, bo basigaze kimu kyakuteeka mwoyo gwabwe gwonna ku Kigambo kya Katonda n'okusaba. Naye Pawulo yeerabiriranga. Kyokka tekitegeeza nti obuweereza yabusuulawo olw'ekyo. Yakolanga ebintu bibiri mu kiseera kye kimu. Waaliwo ensonga nnyingi lwaki yakikolanga bwatyo, naye nga eyali esingira ddala, yali tayagala kubeera mugugu eri abakkiriza. Kubanga yali abagala nnyo.

Katonda yasanyukira ekya Pawulo okukola kino, era n'amuwa amaanyi mangi okusinga amaanyi omutume omulala yenna ge yafuna. Katonda era n'amuwa n'okulung'amizibwa okutegerekeka obulungi n'amagezi, asobole okuwa abakkiriza eby'okuddamu eri ebibuuzo byabwe ku bikwatagana n'okuwasa, okwawukana, ebizibu eby'omu maka ne ku mulimu, ebirabo eby'Omwoyo Omutukuvu, n'okwetaba mu kulya omubiri n'okunywa omusaayi gwa Kristo.

Bwe tuteekateeka obuwulize nga Pawulo, tusobola okutegeera okwagala kwa Katonda obulungi ne mu mbeera esingayo obuzibu. Pawulo yalokola emyoyo egitabalika era n'abalung'amya eri ekkubo lya Katonda lye yali ayagala bakwate, okuyita mu mirimu emingi egya Katonda.

Olumu nammwe eyo mubaako bye mwerekkereza bye mwandyeyagaliddemu ku lw'okubuulira enjiri. Ogezaako okutambulira mu mazima, era abantu abakwetooloodde bwe bamanya nti oli mukkiriza, n'ogezaako n'okusingawo mu kwegendereza ebigambo by'oyogera na buli kimu ky'okola. Nga weegendereza nga bwe kyetaagisa oleme okuswaza Katonda ng'olaga empisa embi mu maaso g'abatali bakkiriza abakwetooloodde. Oba omuntu ne bwakola ekintu nga kibi, omutegeera buregeezi n'otakigamba balala.

Bw'oba ogezaako okubaako omuntu atunda edduuka gw'obuulira enjiri eyo gy'obeera oyinza n'okubaako kyogula wadde nga kya bbeeyi okusinga awalala. Kino kiyinza okutwalibwa ng'ekikolwa eky'obuwulize. Naye bw'oba n'obuwulize mu mutima gwo, osobola okulondawo obulungi ekiseera kyonna, si lw'obuulira enjiri lwokka.

Tokikola kubanga olina ebigendererwa ebirala naye okusinga ennyo olw'okuba oyagala okusanyusa Katonda. Totandika kulowooza bw'oti, "Bwe nkola bwe nti, nsobola okufunamu bwe nti, n'omuntu ono ajja kumpisa bulungi." Ojja kubeera olaze ebigambo byo n'ebikolwa byo ebirimu obulungi ebijjuza omutima gwo mu bujjuvu.

Abasumba n'abakulembeze balina okubeera n'obuwulize olw'ensonga enkulu ennyo nti balina okuteerawo abakkiriza eky'okulabirako. Era olw'okuba oyagala okuteekawo eky'okulabirako, olumu, tosobola kukola kyoyagala ng'oli mu maaso g'abantu. Oba, olumu, okola ekintu ku lw'okugulumizibwa kwa Katonda wadde nga si kye kintu kyolina okubeera ng'okola.

Eky'okulabirako, abasumba n'abakulembeze balina okwekebera engeri gye bambaddemu oba enviiri zaabwe bwe zirabika ne bwe babeera bagenda bugenzi mu katale akali okumpi awo. Kale bandibadde bafuluma bufulumi nga bwe bagala, naye balina okubeera abeegenderza waleme okubaayo memba yenna ey'esittala. Era balina nnyo n'okwegenderza bye boogera n'eneeyisa yaabwe bwe babeera mu maaso ga ba memba b'ekkanisa. Kino tekitegeeza nti balina okubeera bannanfuusi, okwefuula nti batukuvu kungulu, naye kitegeeza nti balina okutambulira mu kwegenderza ku lw'abantu abalala.

Bwe nnali n'akaggulawo ekkanisa, n'etimbanga akasalaba ku ssaati yange era ba memba b'ekkanisa abamu ne batandika okubwambala. Naye abakkiriza abamu abaalina okukkiriza okutono nga beeyisa mh ngeri etazimba. Bwentyo n'ensalawo okulekayo okukambala nga ng'amba nti ebikolwa by'abakkiriza ng'abo biyinza okuvumaganya Katonda.

Abantu abamu nga bampa obuntu obukwata ettaayi obulungi ng'ebirabo, naye ssaabwambala kubanga ba memba b'ekkanisa n'abo bayinza okutandika okweyagaliza ebintu eby'ebbeeyi. Nga ntandika n'obuntu buno obutono, nnina ebintu bingi bye nneerekereza mu mbeera z'obulamu bwange nnyingi kubanga ndi omusumba ba memba b'ekkanisa gwe batunuulira okulung'amizibwa era nga ndi kyakulabirako gye bali.

Era nga wabaawo olunaku lumu mu mwaka oba bbiri, lwe twabeeranga n'olukung'aana lw'abasumba oba olukung'aana lw'abakulembeze, nga tubaamu n'olunaku lumu olw'okuwummula. Olw'okuba bakolera Mukama omwaka gwonna, nnali njagala bawummulemu olunaku lumu lwokka. Waliwo ekiseera nga mu lunaku olwo nga ngenda n'enzanya akazannyo ak'okusona obuntu obulinga obuccupa okusobola okukozesa omubiri ku lunaku ng'olwo olw'okuwummula. Kino ne kibuna mangu nnyo mu kkanisa. Nga tebaguzannya mulundi gumu oba ebiri mu mwaka lwe bawumudde nedda, wabula abamu guno baagufuula muze, bwe ntyo akazannyo ako n'enkavaako.

Era, bwe nsisinkana ne ba memba b'ekkanisa mu maka gaabwe ne tulya wamu n'okunnyumya n'abo, nga kinsanyusa nnyo! Naye olw'okuba nina okutuukiriza ebintu ebisingawo, sikola bintu ebyo. Nkyukira bukyukizi kisenge n'ensaba buli lunaku. Ne bwe tuba tulina wetukung'anidde okuwummula kye tutera okukola omulundi gumu mu mwaka, sisobola kwenyigira mu kigenda mu maaso nga sifunye lukusa kuva eri Katonda.

Nga bwe nneekomako mu ngeri eyo n'enkola ebintu ebikwata ku mutima gwa Katonda, Ng'ampa omukisa ogw'amaanyi. Nang'anya okufuna okwagala okukulukuta okuva eri Katonda kitaffe n'okuva eri ba memba b'ekkanisa. Nga annyongera maanyi ku maanyi era n'anganya okutuukiriza okubunyisa enjiri eri amawanga mu ngeri ey'amaanyi. Olw'okuba Katonda yakkirizanga n'essanyu ebikolwa byange, Yang'anya okunyumirwa ebintu bye nnali sigendereddemu kunyumirwa.

Emikisa egiri mu kutambulira mu bulamu obw'okwefuga ku lwa Katonda

Nsuubira nti mujja kusobola okweyagalira mu ddembe eriri mu mazima, nga bulijjo obeera otunula mu bulamu bwo. Wadde olowooza nti kyokola okikolera mu kukkiriza mu mazima, gujja kubeera mukisa gwo singa osobola okwetunulamu nate. Nsuubira nti mujja kutambula n'omutima omusabi nga bwe mulowooza n'okusaba nti, "Taata, kino ddala kituufu? Ddala n'alonzeewo ekisinga obulungi mu maaso Go?" Bwe weetowaaza mu maaso ga Katonda mu ngeri eno era ne weekebera, era n'olondako ekkubo erisinga okusanyusa mu maaso ga Katonda, ojja kufuna okutuukirira okusingawo.

Kituufu kino okikola okusinziira ku kigera ky'okukkiriza kwo, era Katonda takaka bakkiriza bonna kubeera abatuukiridde essaawa eno. Naye bw'oba osobola okulondako ekisinga okusanyusa Katonda nga obeerako bye weefiriza, gano ge magezi amatuufu. Gy'okoma obutabeera na kweyagaliza kwonna mu ggwe, ojja kufuna amagezi n'okutegeera okusobola okutegeera obulungi buli kimu.

Era, Katonda bwasanyuka olw'abaana Be, Tasanyuka mu mpola. Atusasula n'emikisa egikulukuta ku nsi ne mu Ggulu, ng'akubisaamu emirundi 30, 60, oba 100.

Lumu Katonda yandaga ennyumba ey'omu ggulu ey'omu ku memba w'ekkanisa yaffe. Mu kasonda akamu ak'ennimiro mwalimu ebyuma ebya buli kika ebikozesebwa mu kukozesa omubiri. Yali ayagala nnyo okukozesa omubiri ku nsi kuno, naye teyakikola asobole okuweereza Katonda n'abakkiriza ng'omusumba. Katonda yamuwa ekirabo ekyo okusobola okubudaabuda omutima gwe.

Waliwo n'omukkiriza eyayagalanga ennyo okulaba obuti obuliko obubala obumyufu era obwekulungirivu nga bumulisa ku nsi kuno. Mu kkubo lye ery'omu ggulu mwali mujjudde obubala buno.

Ng'obukoola bwabwo bumanyi okugwa mu luguudo lwonna. Yakolerera nnyo obwakabaka bwa Katonda nga tajjukira n'ankyukakyuka ya mbeera y'obudde, era bwatyo n'atalabanga bumuli bwe nga bumulisa ku nsi kuno. Katonda yamutegekera ekkubo lino olw'emirimu gye gye yakola.

Bw'otafuna kye wandifunye ku lwa Mukama, Katonda ajjukira ebintu ebyo byonna era n'akusasula n'emikisa egikulukuta (Matayo 19:29). Ajja kutegekera buli ssekinnoomu ku mmwe ennyumba ey'omu ggulu ng'erimu buli kimu ky'osobola okweyagaliramu eyo. Katonda agaba ebirabo ng'ebyo okusobola okukusasula olw'ebintu byonna ku nsi kuno bye wakola ku lw'obwakabaka n'obutuukirivu bwa Katonda.

Edda bwe tuliyingira mu Ggulu, tujja kulaba amaka gaffe n'empeera ezaatutegekerwa Katonda. Tujja kukiraba nti Katonda Kitaffe ajjukidde n'obuntu obutono ennyo bwe twali twagala mu mutima gwaffe, era tujja kubeera tetulina bwe tukyebeera okujjako okwebaza nga bwe tukaaba olw'okumwagala. Kansuubire nti tetunoonya amasanyu g'ensi agaggwaawo oba amagoba wabula tunoonya ebyo ebitaggwaawo obwakabaka obw'omu ggulu. Buno bwe bulamu obujjude amagezi amatuufu.

Essuula 6

Amagezi Agajjudde Okusaasira N'ebibala Ebirungi

Engeri okusaasira n'ebibala ebirungi gye bikwatagana

Amagezi ag'okusaasira gawa obulamu

Amagezi ag'okusaasira agajjudde ebibala ebirungi

"Naye amagezi agava waggulu okusooka malongoofu, nate ga mirembe, mawombeefu, mawulize, agajjudde okusaasira n'ebibala ebirungi, agatalina kwawula agatalina bunnanfuusi."

(Yakobo 3:17)

Fiorello Henry LaGuardia (Ogw'ekkumi n'ebiri 11, 1882 – Ogw'omwenda 20, 1947) yali Meeya w'ekibuga New York okumala ebisanja bisatu okuva 1934 okutuuka 1945. Okusinziira ku kitabo Try and Stop Me ekya Bennett Cerf, LaGuardia bulijjo yawulirizanga emisango mu kkooti ya munisipaali. Ng'awuliriza misango emitono, nga Cerf bwe yawandiika, omuli ogw'omukazi eyali abbye omugaati olw'amaka ge agaali gafa enjala. LaGuardia nakalambira ku ky'okuweesa engasi eya ddoola ekkumi. Ekyavaamu n'agamba "Mpeesa buli omu ali mu kkooti muno engasi ya sente ataano olw'okubeera mu kibuga omuntu mweyeesanga ng'alina okubba omugaati okufuna eky'okulya!" N'ayisa enkuufiira era nga engasi eyo eweereddwayo yagiwa omusibe, eyavaawo ne ddoola $47.50. s

Embeera ne bw'ebeera ekwasa etya ekisa aguddwako omusango gyalimu, omulamuzi alina okussa mu mateeka ekitiibwa. Naye olw'okuba omulamuzi yasaasira omuwawaabirwa, yafuna engeri ey'okukuuma amateeka ate n'ayamba n'omukyala ono omwavu. Bwe tubeera n'amagezi ag'ekika kino mu kusaasira, obulamu bwaffe bujja kubeera bujjudde essanyu era nga bulungi!

Engeri okusaasira n'ebibala ebirungi gye bikwatagana

Okusaasira ye mbeera ng'omuntu alina ekisa mu ye era ng'asonyiwa. Naye mu mwoyo, okusaasira si kwe kukwatirwa obukwatirwa omuntu ekisa. Wabula kwe kutwala omwoyo gw'omulala okubeera nga gwa muwendo okusinga ensi yonna. Wadde omuntu alinga atagasa wadde, tetulina kubavaako n'akatono, kyokka tulina okugezaako okubatwala eri obulokozi.

Ffe okusobola okukola ekyo, tulina okutegeera emitima gy'abalala n'engeri gye balabamu ebintu n'omutima omulungi. Bwe tubeera n'omutima guno omulungi, tusobola okufuna amagezi okuwa obulamu n'okukulembera emyoyo gy'abalala eri obulokozi. N'amagezi ago tusobola okuzzaamu amaanyi emyoyo eminafu n'okubudaabuda emitima egikoseddwa. Bwe tulaga okusaasira n'okwagala kwa Katonda, ebibala ebifunibwa bijja kubeera 'bibala birungi'. Eyo yengeri 'okusaasira' ne 'bibala ebirungi' gye bikwataganamu era nga bitambulira wamu.

Omutima gwa Katonda waffe kwe kusaasira kwe nnyini. Singa Katonda yali tasonyiwa b'onoonyi, kyokka ng'abakolako ng'amateeka bwe gagamba, ani mu nsi eno eyandiwonyeewo? Naye olw'okuba Katonda ajjudde okusaasira, tusobola okufuna emikisa egy'okwenenya era ne tutuuka ku bulokozi.

Ng'omutima gwa Kitaffe Katonda, n'omutima gwa Mukama nagwo gujjude okusaasira. Matayo 12:20 woogera ku kusaasira kwa Yesu wagamba nti, "Olumuli olwatifu talirumenya, So n'enfuunzi ezinyooka talizizikiza, Okutuusa lwalisindika omusango okuwangula." Yesu yagumiikiriza n'abantu abo abaalinga abaatalina ssuubi lyonna mu bo ery'okufuna obulokozi nga balinga emmuli enjatifu era enfuunzi ezinnyooka. Yabuuliranga okusonyiwanga n'enjiri n'eri abo ab'onoonyi abaali bayisibwamu abalala amaaso gamba nga abawooza ne bamalaaya. Kiri bwe kityo lwakuba teyajja kulokola batuukirivu, wabula abonoonyi okubeera nti beenenya.

Wadde Yesu yakolanga emirimu emirungi bwe gityo era ng'akola birungi byereere, eriyo era abantu abaamuwakanyanga okutuuka ku nkomerero. Waaliyo abantu nga Yuda Isukalyoti eyatunda Yesu. Yesu era abantu abo teyabavaako buvi wabula yagamba bugambi, "Tolina mutima gukufunyisa bulokozi."

Yabawanga omukisa okufuna obulokozi. Ng'atwala omwoyo ogumu okubeera nga gwa muwendo okusinga ensi yonna, era olw'okuba yalina omutima guno, Yamaliriza afiiridde ku musalaba bwatyo n'aggulawo ekkubo ery'obulokozi eri abantu bonna. Emyoyo egyo egyalokolebwa okuyita mu muwendo ogw'omusaayi gwa Yesu Kristo bibala birungi Yesu bye yazaala olw'okusaasira.

Amagezi ag'okusaasira gawa obulamu

Okusaasira si kukwatirwa bukwatizi muntu kisa. Wabula bwe tubeera n'okusaasira tusobola okusonyiwa, tubonereza, oba tuyamba emyoyo okubeera nga bakwata ekkubo ery'obulokozi. Mu kino, okusaasira mulimu embala ez'enjawulo omuli okusaasira okw'okusonyiwa, okusaasira okw'okubonereza, n'okusaasira okw'okuyamba abalala.

1) Okusaasira okw'okusonyiwa

Abaefeso 4:32 wagamba, "Mubeerenga n'obulungi mwekka na mwekka, abakwatibwa ekisa, nga musonyiwagananga, era nga Katonda bwe yabasonyiwa mu Kristo." Katonda atugamba okusonyiwagana nga Katonda ne Mukama bwe batusaasira era ne batusonyiwa. Naye okusobola okusaasira era ne tusonyiwa abalala, tulina okweteeka mu bigere by'abantu abo. Tuyinza obutasobola kutegeera balala nga tubalabira ku ludda lwaffe, naye bwe tugezaako okubategeera nga tweteeka mu bigere byabwe, tusobola okubasonyiwa.

Eky'okulabirako, katugambe abazadde abatakkiriza oba omwami wo oba omukyala akuyisizza obubi. Bw'oba tobategeera osobola okwemulugunya n'obakyawa. Bw'oba tobategeera, tosobola kubagala, era osobola okugezaako n'okubeewala olw'okubatya n'okuwulira ng'abakukoze obubi. Bw'otegeera abalala okuva ku mutima ng'olowooza bw'oti, "Omwami wange tasobola kuntegeera kubanga talina kyamanyi ku by'ensi ey'omwoyo. Yensonga lwaki ayinza okuba awakanya okukkiriza kwange," kati olwo osobola okumusaasira. Osobola n'okwenenya ggwe ku lulwe olw'okuyigganyizibwa kwakuyisaamu n'osaba nga weegayirira asonyiyibwe.

Bw'oba osobola okusaba mu ngeri eyo ey'okusaasira, Katonda asobola okukwata ku mutima gw'omwami wo. Era bwoyogera naye, Ojja kufuna amagezi ag'okukwata ku mutima gwe. Ekintu ekya bulijjo era ekisookerwako eri omukyala omukkiriza, kiyinza okuba nga tekitegerebwa omwami atali mukkiriza. Kale bwe tubeera twogera ku kkanisa oba okukkiriza, omukyala bwayogera nga yeerowoozaako yekka, teyeetadde mu bigere bya bba, bajja kukaayana bukaayanyi.

Kale, tolina kugamba bugambi nti omwami wo mukyamu, naye olina okutegeera omutima gwe era n'ogezaako okulowooza ku ngeri gyalowoozaamu n'okulabamu ebintu. Olwo lwokka lw'ojja okufuna amagezi. Katonda ajja kukuwa engeri ezisaanidde oba eby'okulabirako, era ojja kufuna engeri gy'ozinyonyolamu omwamu wo atali mukkiriza asobole okutegeera.

Bwe kityo bwe kiba ne bw'oba ng'okolagana ne ba memba b'ekkanisa. Abantu abamu, wadde bakulembeze mu kkanisa, babeera beemulugunya olwa buli kimu era ne bakaluubiriza abalala. Eriyo abantu ng'abawulirizza amazima okumala ebbange eddene, kyokka nga bakyalina obulimba mu bo. Tebakyuka wadde n'akatono era nga bagezaako okukumpanya n'okulimba. Bwe tulaba abantu nga bano tuyinza obutasobola kubategeera. Tuyinza okulowooza, "Naye omuntu abadde awulira enjiri ey'amazima okumala akaseera, lwaki takyukako wadde?"

Naye bwe tutegeera abalala, tusobola okubasaasira. Bawulirizza amazima era bagamanyi, era n'abo bagala okugenda mu mwoyo. N'abo bagala okwagala Katonda era bafuuke amaanyi eri ekkanisa. Naye olw'okuba okuva lwe baazaalibwa ate n'olwembeera gye bazze bayitamu mubaddemu agatali mazima mangi ge baabasigamu. Kale balina amaanyi matono okukyusa omutima gwabwe okufuuka ogw'amazima. Bakimanyi mu bwongo bwabwe nti balina okukola obulungi, naye tabasobola kukyusa mitima gyabwe okufuuka egy'amazima. Era, olaba nti okusinga omuntu omulala yenna, bbo be basinga okubonaabona.

Engeri gye balemereddwa okweggyako omubiri, tebasobola kujjuzibwa Mwoyo oba okugenda mu maaso. Ng'embeera eno ya nnaku! Kale, ne bwe beemulugunya era ne basunguwala nnyo, tetulina kubakyawa kyokka tubaagale bwagazi. Ne bwe tuba nga tusisinkana obuzibu ne tufiirwa n'okufiirwa olw'abo, tulina okubagumiikiriza era ne tubakkiririzaayo.

Bwe ndowooza ku kiseera okuva ekkanisa lwe yatandika okutuuka kati, wabaddewo ba memba b'ekkanisa ba mirundi mingi. Waliwo n'ebintu bingi ebibaddewo nga tebisoboa kutegeerebwa n'amagezi mazaale. Abakulembeze abamu baajeemanga emirundi mingi era ne baleetera n'ekkanisa okubeera mu kaseera akazibu. Abantu abamu, abaali beerabidde ku mirimu gya Katonda egy'amaanyi era nga baddiza ne Katonda ekitiibwa, bamala ne bakyuka amangu ago ne batandika okuwakanya ekkanisa. Kyokka saayatuukirizaako manya gaabwe eri ba memba b'ekkanisa.

Omuntu bw'aba tayagala kuwabulwa oba okunenyezebwa kyokka ne yeesittala olw'ekyo era n'ava mu kkanisa n'okuva ku Katonda, kisingako n'ogumiikiriza wamu naye. Era n'abo abaava edda mu kkanisa, Soogera nsobi zaabwe. Kyokka oluggi ndeka nga luggule basobole okukomawo n'okwenenya.

Naye sigamba nti tulina okusonyiwa ebintu byonna awatali kakwakkulizo konna olw'okuba tutwala n'omwoyo ogumu okubeera nga mukulu nnyo. Okusonyiwa kuliwo okusobozesa okulokola omwoyo gw'omuntu. Naye olumu, mu kifo ky'okubikkirira ensobi y'omuntu, okugibagamba ng'onenya ekikolwa kyabwe kisobola okutaasa omuntu. Bwatanenyezebwa olw'ensonga eyo, ayinza obutategeera kika kya kisenge eky'obubi kyazimbye wakati we ne Katonda. Olwo nno, ayinza okugwa mu kkubo ery'okuzikirira.

2) Okusaasira okw'okubonereza

Kiwulikika nga gyoli okusonyiwa n'okubonereza bikontana, naye nga mu butuufu si bwe kiri. Kiri bwe kityo lwakuba ekibonerezo mu kusaasira tekikolebwa na mutima gusala musango oba n'obukyayi. wabula kikolebwa n'okwagala. Ebibonerezo ebikkirizibwa Katonda bye bibonerezo eby'okusaasira.

Mu Abaebbulaniya essuula 12, ekitundu ekisembayo eky'olunyiriri 5 n'olunyiriri 6 wagamba, "Mwana wange tonyoomanga kukangavvula kwa Mukama, so toddiriranga bw'akunenyanga. Kubanga Mukama gwayagala amukangavvula, era akuba buli mwana gw'akkiriza." Olunyiriri 8 lugamba, "Naye bwe munaabeeranga awatali kukangavvulwa, okugwana okututuukako fenna, muli beebolereze, so si baana." Bwe twezimbako ekisenge ky'ebibi Katonda n'atuggyako amaaso, wajja kuba tewakyali kubonerezebwa.

Abantu abamu bagezaako okubikkirira ensobi zaabwe era ne bagenda mu maaso n'okwewolereza nga beewala okunenyezebwa. Oba olw'okuba ensobi zaabwe zibikuddwa, ne baggwaamu nnyo amaanyi. Bwe twenenya n'omutima omwetowaaze, Ddala Katonda anaatusonyiwa era n'atuganya okukomawo okuva mu mbeera eyo enzibu. Ate bwe tutambulira mu kitangaala era ne tubala ekibala ky'okwenenya, Katonda tajja na kujjukira ebibi byaffe eby'edda.

Ebiseera ebimu, osobola okutegeera ensobi z'ow'oluganda mu kukkiriza era ng'olina okumuwabula oba okumunenya. Mu mbeera ng'eno olina okwekenneenya ennyo omutima gwo. Oyinza okugayita amagezi agaweereddwa mu kwagala, naye nga ddala guyinza okuba omutima omubi ogunokolayo ensobi z'abalala nga weesigama ku ggwe ky'oyita obutuukirivu okusinziira ku birowoozo byo. Oba kiyinza okuba nti ogezaako okusomesa abalala olw'okwagala okubafuga n'okwegulumiza kw'omutima gwo.

Mu mbeera ng'owadde amagezi naye nga totaddemu kusaasira, omuntu oyo bwatakkiriza magezi go, oyinza okulowooza nti akunyooma era oyinza okuwulira nti akusizza nnyo wansi. Kale oyinza n'okumunenya n'ebigambo ebikambwe ng'oyagala akkirize ensobi ye. Waakiri okulekayo okukola ekintu kyonna, okusinga okuwabula okwekika kino.

Ne bwe tukozesa Ekigambo kya Katonda, tetusobola kulaba mirimu gya Mwoyo Mutukuvu okujjako nga kikoleddwa mu kwagala. Tekijja kuleetera muntu oli kutegeera oba okumuwa obulamu. Wabula kijja kuleetawo kiruyi oba okumalamu omuntu amaanyi. Omuntu oyo ayinza okuba agezaako okutereezaamu bwe yategeera ensobi ze, kyokka ate nadda mu kuwuliriza okukolokota kwo okujjudde ekiruyi, ayinza okuggweramu ddala amaanyi n'abiviirako ddala.

N'olwekyo, bwe tuwa omuntu amagezi oba okubonereza omuntu, tulina kukikolera mu kusaasira n'okutegeera okutuufu okw'omutima gwe nga twetadde mu bigere bye. Era, tulina n'okumusabira era ne tumuwa amagezi n'okwagala okwo okusobola n'okuwaayo obulamu bwaffe ku lulwe. Bwe tubeera n'omutima ogw'ekika kino, tusobola okumulung'amya eri amazima tuyinza n'okukozesa ekibonerezo bwe kibeera kyetaagisa.

Bwe wabaawo ddala eby'okumwemulugunyaako kyokka nga tumusaasira, tujja kubeera bagezi ne bwe tubeera nga tumuwa amagezi. Mu kitabo eky'Okubikkulirwa, tulaba Mukama ng'anenya ekkanisa ya Efeso. Naye nga tannatandika kuginenya, Yasooka kugisiima mw'ekyo kye baali bakoze obulungi. Emitima gyabwe bwe gyagguka oluvannyuma lw'okuwulira okutenderezebwa okwo n'alyoka anokolayo ensobi ze baali bakoze era n'abalabula nnyo nga bw'abanenya. Era bwe yamala okubanenya n'alyoka addamu okubatendereza mw'ekyo kye baali bakoze obulungi. Bwe yali anenya, Yabirowoozaako byonna ng'anoonya oyo anaaba awuliriza okufuna amaanyi n'okwongera okukola obulungi. Nange nsuubira nti naawe onookozesa amagezi ag'ekika kino okuggulawo emitima gy'abalala.

Ate mmwe abazadde mulina okubeera abeegendereza ennyo bwe mubeera musomesa abaana bammwe. Abaana bwe bakola ensobi, abazadde mulina okubawabula. Olumu abaana tebalina maanyi gamala okubeera nga beekomako oba okutegeera ekituufu ku kikyamu. Naye mu mbeera nga zino, abazadde tebalina kuteeka busunga bwabwe, okusoberwa, n'obubi bwonna mu kuwabula n'okubonereza omwana.

Katugambe omwana ow'emyaka etaano abadde alina bu keeki bwaggya mu kabada esowaani n'emugwako. Maama ne yeekanga olw'okwatika kwe sowaani kwe kukaayuukira omwana nti, "Saakugamba nti olina okwegendereza? Omanyi nti esowaani ezo baziseera?" Omwana bwatyo ajja kuyiiya ngeri yakuva mu mbeera eno mu kifo ky'okuwulira obubi olw'ekyo kyakoze.

Abazadde bwe bayombesa abaana baabwe mu bukambwe obungi, basobola okulekerawo okukola eddalu mu kiseera ekyo, naye omwana mu kifo ky'okukyusa enneeyisa ye, agezaako kudduka mbeera olw'okutya mu kaseera ako nga bamuyombesa. Embeera ng'eno bwegenda mu maaso nga yeeyongera, omwana ajja kubeera takyekkiriirizaamu. Abazadde be bajja kubeera bafuuse kyekango gyali. Abazadde abamu olumu bawuliza bubi abaana nga babagamba ebigambo nga, "Ye w'aba ki? Ekintu ggwe okukijjukira oyagala nkiddengamu emirundi emeka?" "Muganda wo ye awulira naye ggwe w'aba ki atawulira?"

Abazadde abamu b'onoona obuvumu bw'abaana nga babageraageranya n'abaana abalala mu buli mbeera. "Mukwano ggwo ku muliraano mulenzi mulungi nnyo ate asoma bulungi. Lwaki tobeera nga ye? Lwaki buli ssaawa weeyisa bwotyo?" Watya ng'oli mu kifo ky'omwana oyo, osobola okwetonda okuva ku ntobo y'omutima gwo ng'ogambiddwa ebigambo ng'ebyo? Osobola okulowooza nti, "ha, nkoze ensobi! Bansonyiwe nnyo. njakukyusaamu"? Obeera owulira bubi.

Abaefeso 6:4 wagamba, "Nammwe, bakitaabwe, temusunguwazanga baana bammwe, naye mubalerenga mu kukangavvulanga ne mu kubuuliriranga kwa Mukama waffe." N'abaana abato n'abo myoyo egy'omuwendo mu maaso ga Katonda. Ne bw'oba oyogera eri abaana bo, olina okulowooza ku mitima gyabwe ne kye balowooza mu kusaasira.

Singa mmwe abazadde musobola okukkiriza ensobi zammwe era ne mwogera nti, "Ebadde nsobi yange obadde togisobola. Nsonyiwa nze atakuyambyeko ng'oneetaaga," olwo nno Katonda asobola okukwata ku mutima gw'omwana n'asobola okukyusa enneeyisa ye etali nnungi. Kino okusobola okubaawo, omuzadde alina okugezaako okuteekateeka omutima omulungi. Balina okusaba okufuna amagezi ga Katonda okusobozesa abaana baabwe okutegeera ensobi zaabwe nga tebabawulizza bubi. Naye kino tekitegeeza nti balina okusonyiwa abaana baabwe awatali kakwakkulizo konna. Bwe babeera beetaaga okubonerezebwa, abazadde balina okubonereza abaana baabwe mu ngeri esaanidde okusobola okubatwala eri ekkubo eddungi.

Mu 1 Samwiri essuula 2 tulaba ebyatuuka ku kabona Eri,

ataakuza baana be bulungi. Batabani be babiri, Kofuni ne Finekaasi baali abasajja ab'onoonefu. Ssadaaka eyalinga ey'okuweebwayo eri Katonda nga bo bagiyisa nga bwe baayagalanga. Era nga beebaka n'abawala abaaweerezanga ku mulyango gwa weema. Ebikolwa byabwe ebibi byali bissuse. Kyokka Eri yayogera n'abo mu ngeri yalusaago nti, "Nedda, baana bange, kubanga bye mpulira si birungi n'akatono, mwonoonyesa eggwanga lya MUKAMA" (olu. 24).

Kofuni ne Finekaasi tebaawuliriza kitaabwe. Olwo Eri yandikoze atya mu mbeera eno? Yandiboneereza batabani be n'atabattira ku liiso okubagyamu emize gyabwe. Kyali tekikkirizibwa naddala abaana ba kabona okweyisa mu ngeri embi bwetyo mu maaso ga Katonda.

Naye Eri teyakikola. Katonda n'agamba yawa abaana be ekitiibwa okusinga Ye. Era ekyavaamu, Kofuni ne Finekaasi bombi battibwa wakati mu lutalo ku lunaku lwe lumu. Amawulire g'okufa kw'abaana be n'okutwalibwa kwa Ssanduuke ya Mukama mu balabe baabwe bwe gaatuuka ku Eri, yatya nnyo era n'agwa okuva ku ntebe kwe yali atudde, ensingo ye n'emenyeka n'afa.

Singa yali asomesezza abaana be empisa n'okutya Katonda, amaka ge tegandisaanyeewo bwe gatyo. Okukuza abaana mu ngeri entuufu nsonga nkulu nnyo nga tekosa baana bokka, wabula n'amaka gonna. N'olwekyo, bwe tubeera nga ddala twagala abaana baffe, tulina okubeera nga tusobola okubawabula bwe babaako ekikyamu kye bakola.

3) Okusaasira okw'okuyamba abalala

Bwe tubeera n'okusaasira, tetujja kukwatibwa bukwatibwa bantu kisa nga bali mu bwetaavu. Wabula ddala tunnaabayamba. 1 Yokaana 3:18 wagamba says, "Abaana abato, tuleme okwagalanga mu kigambo ne mu lulimi, wabula mu kikolwa ne mu mazima." Okusaasira okw'amazima kwe kuyamba abalala mu bikolwa ne mu mazima.

Okusooka byonna, era nga kikulu ddala, tulina okubeera n'okusaasira eri emyoyo egitalokokanga kubanga tebamanyi njiri. Era olw'okuba tulina okusaasira tusobola okubuulira enjiri ne bwe tubeera nga tuyigganyizibwa oba ne bwe kibeera nga kiteeka obulamu bwaffe mu katyabaga. Era, tulina okulaga ekisa abo abaalemererwa mu nsi eno n'abo abalwadde, abagongobavu n'abalekeddwawo.

Bwe tulaga okusaasira mu mazima mu ngeri eno, Katonda naye abeera ajja kutulaga ekisa. Lukka 6:38, ekitundu ekisooka kigamba, "Mugabenga, nammwe muligabirwa, ekigera ekirungi, ekikkatiddwa, ekisuukundiddwa, eky'omuyiika, kye balibaweera mu kifuba, kubanga ekigera ekyo kye mugera, nammwe kye muligererwa." Nga bwe kyogera, Katonda atuwa emikisa egisingawo ku gye tusize nga gikattiddwa nga gyamuyiika. Yensonga lwaki gabeera magezi okuyamba abalala.

Mu Bikolwa essuula 9, tulaba omukyala ayitibwa Tabbiisa mu Yopa. Yopa kye kibuga eky'okumwalo gwa Isiraeri. Abakkiriza abamu abaabeeranga mu Yerusaalemu nga baasenga mu Yopa okusobola okwewala okuyigganyizibwa n'olw'okwagala okubeera mu bulamu obulungi. Tabbisa yalabiriranga ba namwandu era n'akolanga ebirungi bingi eby'obwannakyewa mu Yopa.

Lumu n'alwala era n'afa. Abayigirizwa ne bawulira nti Peetero yali kumpi ne Yopa, kubanga yali mu Luda, era bwe batyo ne bamutumira mu bwangu abasajja babiri okumwegayirira okujja. Peetero bwe yatuuka, bannamwandu bonna ne bayimirira okumpi n'omulambo, nga bwe bakaaba nga balaga ebizibaawo Tabbiisa bye yali abatungidde bwe yali akyali n'abo. Abantu baali bamwagala nnyo n'emitima gyabwe gyonna kubanga ebikolwa bye byali birungi. Ebikolwa bye n'okusaba byatuuka eri Katonda, era n'afuna omukisa ogw'okuzuukira okuyita mu kusaba kwa Peetero.

Kyokka bwe tuyamba abalala tulina okukikola mu magezi. Abaggalatiya 6:10 wagamba, "Kale bwetunaalabanga ebbanga tubakolenga obulungi bonna, naye okusinga abo abali mu nnyumba ey'okukkiriza." Kale, bwe tutyo tulina kusooka abo abali mu nnyumba ey'okukkiriza.

Abantu abamu tebakola olw'okuba balina ekizibu ky'okunywa oba okukuba zzaala. Tetusobola kufuna mukisa bwe tuyamba abantu ng'abo.

Era, katugambe nti eriyo omukkiriza alemereddwa mu bizinensi ye era ng'alina obuzibu bw'ensmbi olw'okuba teyakuuma mateeka. Bwe tumuyamba n'ensimbi oba ne tutandika wamu naye bizinensi, kino tekibeera kituufu mu maaso ga Katonda. Oyinza okumaliriza ng'obonaabona wamu naye.

Yona bwe yali abonaabona olw'obujeemu bwe eri Katonda, abo abaali wamu naye baabonaabona wamu naye. Katonda yagamba Yona agende e Nineeve abuulire enjiri mu bantu b'ekibuga ekyo nti kigenda kusaanawo, Naye Yona n'adduka ng'adda mu kibuga kirala. Nineeve kye kyali ekibuga ekikulu eky'obwakabaka bw'Abasiriya, nga lyali eggwanga eryali lyewalana ne Isiraeri. Singa baali bawulirizza okulabula kwa Katonda kuno ne beenenya baali bajja kusonyiyibwa era baleme okuzikirizibwa. Yona kino yali tayagala kibeewo, bwatyo nakwata ekyombo ekyali kigenda e Talusiisi, nga kyali kigenda ludda lulala nnyo olutali lwe Nineeve.

Emmeeri eno bwe yasisinkana obuzibu bw'omuyaga omungi ku nnyanja, abagoba baayo ne basuula buli kimu ekyaliko mu nnyanja okusobola okugiwewula, naye kino tekyayamba. Kwe kusuula obululu balabe ani avuddeko obuzibu, era akalulu ne kagwa ku Yona. Yona yamanya nti ye yaliko obuzibu era kwe kunyumiza abagoba ekyamubaddeko n'abagamba bamusuule mu nnyanja, naye abagoba ne batya okukikola, bwe gutyo omuyaga ne gweyongera okutabuka.

Bwe baalaba nga obulamu bwabwe bonna buli mu lusuubo kwe kukwata Yona ne bamusuula mu nnyanja. Naye baali baafiiriddwa dda okufiirwa okunene. Baabonaabona n'omuyaga okumala ebbanga ddene, era baalina okusuula emigugu gyabwe mu nnyanja.

Bwe kituuka ku kusonyiyibwa oba okubonereza, kirina kukolebwa olw'okuwonya emyoyo. Ebyo ebigabibwa okuyamba n'abyo birina kukolebwa olw'ensonga y'emu —okulokola emyoyo. Bwe tumala gayamba abalala awatali mwoyo w'amagezi, tuyinza okuleetera abalala okwonoona. Olwo, nno tubeera tetusobola kukuyita kusaasira.

Naye olumu, bwe kituuka ku nze, nnyamba n'abo abatasaanidde kuyambibwa mu maaso ga Katonda. Manyi nti bali mu buzibu olw'ebikolwa byabwe ebitali bituufu, oba nga nkimanyi nti banziba, naye olumu mala gabayamba. Era kubeera kubawa mukisa gwa kwenenya n'okubawa omukisa ogw'okulaba ekkubo eri obulamu. Era, abamu balemererwa okwenenya okutuuka ku nkomerero era ekivaamu ne bava ku Katonda.

Wabula wadde guli gutyo, tekitegeeza nti mbonaabona wamu n'abantu abo. Si nti banjaaya nga simanyi. Wabula n'asiga mu mwoyo ng'ogwo embeera yonna n'engikwasa Katonda mu kukkiriza. Katonda ate ansasudde ne mu mbeera ng'ezo.

Amagezi ag'okusaasira agajjudde ebibala ebirungi

Bwe tubeera n'okusaasira mu bungi, tujja kubeera tujjudde ebibala ebirungi. Okusinga byonna, tujja kuzaala ekibala eky'obulokozi nga tukulembera emyoyo mingi eri obulokozi. Bwe tutambulira mu kusaasira era tujja kubala ebibala ebirungi mu mitima gyaffe. Ebintu byonna gamba ng'ebikolwa ebirungi bye tulaze eri n'abantu ababi saako evvumbe ery'okusaba mu kugumiikiriza n'obulungi, byonna bibala birungi. Okuyita mu bibala bino, tujja kufuna ekitiibwa wano ku nsi ne mu Ggulu.

Yesu naye yakungula ebibala ebitabalika n'okusaasira Kwe okutanyonyolekeka. Yasalawo Ye ne yeetika obulumi bw'okufa olw'okusaasira Kwe ng'afiirira emyoyo. N'ekibala ekyo, emyoyo egitabalika gyakwata ekkubo ery'obulokozi.

Okusaasira kwa Yesu kwazaala ebibala ebitabalika omuli Peetero. Peetero yabuulira enjiri okutuuka lwe yakomererwa ng'awunzikiddwa. Yokaana waliwo lwe yali ayitibwanga 'omwana w'eggulu eribwatuka' naye yakyuka n'atuuka okuyitibwa 'Omutume ow'Okwagala'. Ng'ogyeeko bano abantu b'omu bayibuli, wakyaliwo emyoyo emirala mingi egikyagenda mu maaso nga gifuna obulokozi.

Ffenna abakkiriza bye bibala ebirungi ebyazaalibwa olw'okusaasira kwa Mukama. Waliwo omukkiriza eyajja ku kkanisa ng'alung'amiziddwa muliraanwa we, kyokka yali akyalinamu okwemulugunya olw'obulamu bwe. Bazadde be baali tebamwagala bulungi era kyali kizibu gyali okutambulira mu bulamu obw'okukkiriza olw'omwami we eyali takkiriza. Era ng'alina n'obuzibu obw'ensimbi. Nga taseka kubanga yalowoozanga nti obulamu bwe mugugu gwe nnyini ng'alowooza nti teri na muntu akitegeera nti abadde mugumiikiriza nnyo mu bulamu bwe mu buli kintu

Naye olunaku lumu, bwe yali awuliriza Ekigambo kya Katonda, ebirowoozo bye ne bikyuka. N'ategeera okwagala kwa Katonda oyo eyawaayo Omwana we omu yekka n'okwagala kwa Mukama eyeewaayo ku lwaffe. Obukyayi bwe yali asitudde mu mutima ne bukyuka n'atandika okwenenya. N'alekerawo okuteeka omusango olw'embeera gye yali ayitamu ku bantu abalala, wabula ng'akitunuulira nga bunafu bwe.

Obukyayi bwe bwonna ne kufuuka okwebaza. N'atambulira mu bulamu obw'okukkiriza mu kusanyuka, ng'awaayo n'ekimu eky'ekkumi ku lwa bba eyali takkiriza. Katonda n'asanyukira ebikolwa bye. N'awa omwana waabwe omukisa kale embeera yaabwe ey'ebyensimbi enzibu n'evaawo. Kati atambulira mu bulamu obusanyufu.

Bwe wabaawo omuntu accankalanya ennyo oba omuntu alina emize, tulina kubeera na ndowooza ki gyali? Tolowoozangako nti, 'Kale singa tazze ku kkanisa' oba 'kale singa asenguka?' Wabula Katonda ayagala tujjuzibwe okusaasira n'ebibala ebirungi era tulabirire buli mwoyo n'okwagala.

Matayo 9:13 wagamba, "Naye mugende muyige amakulu g'ekigambo kino nti:'Njagala kisa, so si ssaddaaka,' kubanga sajja kuyita batuukirivu, wabula abantu ababi." Abaebbulaniya 13:16 wagamba, "Naye okukola obulungi n'okukkaanya temwerabiranga, kubanga ssaddaaka eziri ng'ezo zisanyusa nnyo Katonda."

Nsuubira mujja kutegeera omutima gwa Katonda guno ogulagibwa mu nnyiriri ezo waggulu osobole okwagalanga baliraanwa bo n'ebikolwa wamu n'amazima. Era nga bwe kyogera mu Zabuli 37:4, beera n'amagezi 'okusanyukiranga mu Katonda' ng'obudaabuda emitima egirina ebiwundu n'okuyamba abeetaaga, olyoke ofunenga okuyaayaana kw'omutima gwo.

Essuula 7

Amagezi Agatalina Kwawula Agatalina Bunnanfuusi

Okutunuulira buli kintu mu mazima n'Obwenkanya

Omuntu tasobola kumanya mazima singa

wabaawo okulaba n'amaaso ageekubidde

Obutabeeramu kwekubira kwonna wadde obulimba

Okwawulawo wakati w'amazima n'obulimba

"Naye amagezi agava waggulu okusooka malongoofu, nate ga mirembe, mawombeefu, mawulize, agajjudde okusaasira n'ebibala ebirungi, agatalina kwawula agatalina bunnanfuusi."

(Yakobo 3:17)

Waliwo omukyala eyalinnya eggaali y'omukka oluvannyuma lw'okugula obumonde obukaze obulungi nga busibiddwa mu kaveera n'ekitabo. Weyatuula, waaliwo omuvubuka eyali amutudde okumpi ataamusanyusa. Ne wabaawo ekintu ekitatera kulabikalabika ekyaggwaawo, bwe yali asoma ekitabo, agenda okutunula ng'omuvubuka eyali amuliraanye ali mu kulya bummonde! N'amutunuulira, oli teyamufaako yagenda mu maaso n'okulya obummonde. Omuwala n'asirikiriramu katono, naye okwagala okumulaga nti obummonde bubwe, naye n'atandika okubulya. Omuvubuka teyafaayo.

Bwe waali wasigaddewo akammonde kamu, era nga baali batuuse webaviiramu. Omuvubuka n'amenya mu kammonde akaali kasigaddewo ebitundu bibiri. N'alyako ekitundu n'omuwala n'amuwaako ekitundu. Kyokka teyanyega kigambo, nti oba 'weebale' oba nti 'nsonyiwa' yafuluma bufulumi n'ava mu ggaali y'omuka n'agenda. Omuwala kyamuyitirirako, naye n'akimira. Nga tannava mu ggaali y'omuka, n'ateeka ekitabo kye mu nsawo ye. Mu kiseera ekyo yeewuunya nnyo, mu nsawo ye mwali mukyalimu akapakiti k'obummonde nga bwe yakaguze nga tekakwatiddwako! Nga kiri nti omuvubuka si ye yalya obummonde bwe nga bwe yali asuubira, wabula omuwala ye yali ku bummonde bw'omuvubuka ekiseera kino kyonna!

Bwe tubeera n'omutima ogwekubidde ku kintu, tusobola okulowooleza ddala nti ekintu ekitali kituufu ddala kituufu. Olw'okuba omuvubuka ono yali tasanyusizza muwala ono omuwala n'amukolokota munda mu ye era n'atuuka n'okulowooza nti alya obummonde bwe. Nga talowoozezza na kukebera mu nsawo yo, yabeera alowooza bubi ku muntu oli omulala. Bwe tusisinkana omuntu oba bwe wabaawo embeera gye tulimu, amazima tusobola okugalaba singa tutunuulira ebintu nga tetuliiko kyekubiira yenna.

Okutunuulira buli kintu mu mazima n'obwenkanya

'Obutabeera na kwawula' kitegeeza okutunuulira buli kintu n'amazima n'obwenkanya. Bwe tutabeeramu kyekubiira, tujja kubeera nga buli omu tumulaba mu ngeri y'emu awatali kusosola. Obuteekuubira kitegeeza, enneeyisa yaffe eri abalala tejja kukyuka okusinziira ku ndabika yaabwe ey'okungulu, ensimbi ze balina, basoma kwenkana ki, oba embeera endala zonna. Okusobola okutunuulira buli muntu yenna n'amazima wamu n'obwenkanya, tulina okusooka okuteekateeka okusaasira mu ffe.

Ne bwetubeera nga tumanyi nnyo Ekigambo kya Katonda, tetusobola kukiteeka mu nkola bulungi awatali kwagala na kusaasira. Eky'okulabirako, Katonda atugamba okwagala n'abalabe baffe, naye tekisobola kutwanguyira okwagala abantu abatukola obubi oba abo abatategeera kintu kyonna. Kiri bwe kityo lwakuba bulijjo tujja kwekubi ira nnyo eri ebyo bye twagala, eri embala nga eyaffe, twerowoozeeko okusooka n'okulaba ebintu okusinziira ku magezi gaffe.

Ayinza okubeera nga muntu omu, n'omulabira mu ndabirwamu egezza abantu, n'alabika ng'omunene, kyokka n'alabika ng'omutono ng'omutunuulidde mu ndabirwamu erabisa abantu ng'abatono. Bwe tugamba nti munene oba mutono okusinziira kye tulabidde mu ndabirwamu ezo, kiki ekinaabaawo? Oyinza okwogera nti oyogera mazima ng'oyogera ebyo byolabye, naye nga mu bya ddala kirala nnyo. N'olwekyo bubeera bulimba. Bwoyogera bwotyo kiyinza n'okuwuliza obubi omuntu oyo.

Tujja kubeera ne kyekuubira gye tukoma obutabeera na kwagala wamu n'okusaasira mu ffe. Abalala kye boogera bwe kibeera tekikwatagana na birowoozo byo, ojja kwanguwa okusalira abalala omusango oba okubakolokota. Bw'otunuulira abalala n'obaako by'obalowooleza, kijja kuzaala ekibala eky'obulimba.

Abo abajjudde amazima, okwagala, n'okusaasira tebakolokota balala mu mbeera yonna. Bagezaako okubakkiriza n'omutima omusaasizi. Okusaasira kuzaala ebibala ebirungi eby'okuwa obulamu eri abantu so nga 'okwawula' kujja kuzaala ebibala ebibi ebyonoona amazima n'ebireeta okukolokola n'okusala emisango era n'ebireetawo okufiirwa obulamu.

Bwe kityo bwe kyali ne ku Bafalisaayo wamu n'Abawandiisi mu kiseera kya Yesu. Baali beemanyi nti bamanyi amateeka bulungi nnyo era nti baali basobola okusomesa Ekigambo kya Katonda. Naye ng'Amateeka bagavuunula okusinziira ku kutegeera kwabwe, era ng'ekintu bwe kikolebwa ekitali kituufu okusinziira ku kutegeera kwabwe, nga banenya buli muntu akikola nti mwonoonyi. Yesu bwe yawonya omulwadde ku lunaku olwa ssabbiiti, baagamba nti okwo kwali kuvvoola Ssabbiiti.

Amakulu g'okukuuma Ssabbiiti gennyini, si kukugira buli kika kya mulimu, wabula okufuna okuwummula okw'omwoyo. Okuwonya abalwadde, okubuulira enjiri, n'okuzuukiza emyoyo tegubeera mulimu ogw'okwenoonyeza ggwe w'ofuniramu. Wabula kye kintu kye tulina okukola ku Sabbiiti. Naye Abafalisaayo n'Abawandiisi baakolokota Yesu nti yali avvoola Sabbiiti. Era ekyavaamu, ne bamaliriza nga bagamba nti Yesu yali awakanya Katonda, ekintu ekyali ekikyamu ddala.

Omuntu tasobola kumanya mazima singa wabaawo okulaba n'amaaso ageekubidde

Abantu bangi tebamanya nti bali mu kukuza ekibala

eky'obulimba n'obunnanfuusi wamu n'okwawula mu balamu bwabwe obwa bulijjo. Eky'okulabirako, katugambe waliwo ab'oluganda babiri abalwanye. Bw'obuuza omukulu nti, "Lwaki mubadde mulwana?", ayinza okugamba nti, "Muganda wange ye yasoose okunkuba!"

Kyokka bw'obuuza omuto, ye ayinza okugamba nti, "abadde anzigyako emmotoka yange nange ne mukuba!" Bw'onenya omuto olw'okuba owulirizza omukulu yekka, omuto ajja kuwulira ng'abonyabonyezebwa nnyo. Era abazadde bwe babeera nga bagala nnyo omukulu, oba omuto bw'aba alina nnyo eddalu, kyangu nnyo okukkiririza mu mukulu okusinga omuto. Naye abazadde bwe babeera abagezi, bajja kutunuulira embeera mu mazima n'obwenkanya.

Era waliwo n'abantu abajungulula amazima olw'okwagala okusinga nga bazza gye bali oba okwagala endowooza yaabwe eyitemu. Olw'okwawula okuli mu bo, boogera obulimba nga tebakigenderedde na kukigenderera. Eky'okulabirako, katugambe owulidde nti omuntu gw'oyagala kigambibwa nti aliko ekikyamu kyakoze. Embeera eno olina kugikwata otya? Ebiseera ebisinga oyinza okuwakana ng'ogamba, "Tekisoboka." Oba oyinza okwagala okubikkirira ensobi y'omuntu ng'ogamba nti ateekwa okuba alina ensonga ennung'amu lwaki yakikoze.

Kyokka omuntu oyo bw'aba omuntu gwotayagala kiri awo, embeera eyinza okubeera ey'enjawulo. Oyinza okukiwulira n'okikkiririzaawo, wadde kiyinza n'okuba nga si kituufu. Era, oyinza n'okulowooza nti, "Yakoze ensobi ey'enkanidde awo alabika abaddenga abikola, kati lwe bamukutte." Oyinza n'okutandika okuwolereza obutamwagala bwo nti, "Wamma yensonga lwaki yannema okwagala." Nga bino byonna bibaawo 'olw'okwawula' okuleetebwa okwekubiira kwo oba okugwa olubege, mu kifo ky'okutegeera amazima, okkiriza bukkiriza n'obubi bwonna era n'otandika okukolokota omuntu.

Kambawe eky'okulabirako ekirala. Katugambe omuntu gw'omanyi akuyisseeko buyisi n'atakunyega kigambo era n'agenda. Ayinza okuba alina ebimusumbuwa, oba ayinza okuba nga waliwo ebimutwalidde ebirowoozo. Ayinza okuba ng'alina ekizibu ekimwetaagisa okuba nga tabeerako gwayogera naye mu kaseera ako.

Naye bwe tubeera nga tetumwagala, mu mbeera ng'ezo ebiseera ebisinga tujja kumukolokota. Tuyinza okulowooza nti atwewuliriddeko oba ne tukiyita ekintu ekirala kyonna okusinziira ku kye tulabye ne kye tulowooza gamba nga, "Alabika yankyawa bwe n'agaana okumuyamba lwe yang'amba muyambe." Gye tukoma obutabeera na kwagala wadde okusaasira, tujja kukozesa ebirowoozo eby'omubiri olw'okwekubiira kwe tutambuliramu. N'olwekyo, tetusobola kuwulira ddoboozi ery'Omwoyo Omutukuvu, era amaaso gaffe gajja kubeera mazibe era tetusobola kumanya mazima.

Wayinza okubaayo n'embeera endala. Bwe weesanga mu mbeera ng'olina okukola okulondako, bw'oba nga weekubidde dda eri kyoyagala, engeri gyoyogera ejja kubeera nga yeekubidde eri ekyo kyoyagala, gamba nga bwe kituuka okugamba omuntu akuwabule mu ngeri ey'omwoyo. Kale bwotyo teweebuuza okwagala kwa Katonda bwe kuli, wabula weebuuza kimu oba ogende mu maaso n'ekyo ggwe kyoyagala okukola.

Eky'okulabirako, katugambe omukkiriza ayagala okuva ku mulimu gwe naye nga mukyala we takkiriziganya nakyo. Bwatyo n'agenda ew'omusumba amuwe ku magezi.

N'agamba nti, "Musumba, ekitongole kyenkolera tekirina kiruubirirwa, sagala kukola n'abantu ba kika kino. Kizibu okutambulira mu bulamu obw'okukkiriza olw'essaawa ennyingi ennyo zetukolera. Njagala kukola mulimu mulala. Musumba kino okirowoozaako ki?"

Omusumba bwawulira ebigambo ng'ebyo, tayinza kumala googera nti 'kikole' oba 'tokikola'. Kiki kyayinza okwogera engeri omukkiriza ono gyagambye nti ayagala atandike okukola omulimu omulala asobole okutambulira mu bulamu obusingawo mu kukkiriza?

Omusumba asobola okwogera nti, "Kale kyoyogerako nkiraba. Bwe guba nga guno omulimu omulala olaba ng'ebiseera byagwo eby'omu maaso bitangaavu, era nga gusobola n'okukuganya okwongera okutereeza entambula yo mu kukkiriza, si kibi, naye kikwate mpola. Olina okulowooza ne ku ndowooza y'abantu b'omu maka go ku kino. Ate okusingira ddala, olina okusaba ennyo okusobola okufuna okulung'amizibwa kwa Katonda mu kusalawo kwo."

Olwo, omusajja ayinza okudduka amangu ennyo eri mukyala we n'amugamba nti: "Nafunye okuwabulwa okuva ew'omusumba ku mulimu gwange, era n'agamba okukolera kampuni endala kirungi kubanga kituwa ebiseera eby'omu maaso ebirungi era kiyinza n'okunnyamba okutambulira mu bulamu bw'okukkiriza obusingako obulungi. Yangambye nti nsabe bulungi nnyo n'abantu b'omu maka gange okubeera nga tulung'amizibwa Katonda, kale bambi kino kisabire!"

Naye nga ddala mukyala we amugambye amazima? Nedda, abeera takikoze. Omukyala yali ayagala kumugaana, ng'alowooza nti ayinza okufuna obuzibu kubanga ayanguyirizza nnyo mu kusalawo kwe. Naye olw'okwagala okukola ye kyayagala, omwami alimbye ng'akyusaamu mu mazima katono mw'ebyo omusumba bye yamugambye. Omukyala abeera takyayinza kwongerako mu mbeera eno era bwatyo n'asigala nga takyalina kirala kya kukola wabula okumuleka akole kyayagala. Eriyo abantu aboogera ebintu mu ngeri bo gye bafunamu, ne batayogera mazima mu byonna ebyatuukiddwako. Kale bwe tubeera nga tunnawabula abalala, tulina okusooka okulaba ebintu ng'ebyo mu muntu ng'oyo.

Obutabeeramu kwekubira kwonna wadde obulimba

Abantu abasinga abali obulungi, bagamba nti ekimu ku bintu ebikulu ebibayisizzaawo kwe kubeera nga bakolagana bulungi n'abantu. Okubeera ng'okolagana bulungi n'abalala kikulu nnyo. Abo abalina obuzibu n'abantu abalala batera okugamba nti obuzibu buli n'abantu balala. Kyokka bw'owuliriza abalala kye boogera, owulira birala nnyo ebyogerwa. Tetusobola kusala gwa kawala nga tetuwulirizza gwakalenzi.

Bwe tufuna alipoota, Simala gasalawo oluvannyuma lw'okuwulira okuva eri omuntu omu. Watya ng'omuntu ayogedde ku nsobi za munne, Kyokka ogenda okuwulira okuva gyali, nga kintu kirala nnyo. Engeri ebintu gye byatambulamu yennyini ejja kubikkulwa ng'ammaze kuwulira okuva eri enjuyi zombi. Era nga, eriyo n'abantu abagezaako okwewozaako nga wadde baakoze ensobi. Ne mu mbeera ng'eno, sibasalira musango, wabula mbakkiririzaamu bukkiririza. Lwakuba bwe nzikkiririza mu kye boogera, mbeera njagala mbawe emirembe mu mutima, basobole okufuna amaanyi ageeyongerayo n'okukyusibwa.

Olwo, tulina kukola ki obutabeera na kyekuubiira oba obulimba?

Okusooka, tulina okujjukira nti kubeera 'kwekubiira' kasita tuyiikiriza abanafu.

Okuva 23:3 wagamba, "...So tomusalirizanga omwavu mu nsonga

ye." Wano, 'omuntu omwavu' si muntu buntu atalina bya bugagga kyokka wabula n'omuntu atalina bwogerero era alekeddwawo. Tetulina kudda ku ludda lw'abagagga bokka n'ab'amaanyi okusinziira ku kye tunaabafunako, so ng'era tetulina kulaga baavu na banafu nti tubagala nnyo kubanga banafu era baavu.

Abantu batera okulowooza nti kibeera kituufu okuwolereza abanafu bwe wabeerawo enkaayana wakati w'abanafu n'ab'amaanyi. Balaba ng'okuyimirira n'ow'amaanyi ekintu ekiswaza oba eky'obutiitiizi. Naye na kino si kituufu. Buli kimu tulina okukitunuulira nga tukoze Ekigambo kya Katonda. Katonda ayagala tuleme kuyuugayuuga, mu kusalawo kwaffe wakati w'ekituufu n'ekikyamu, wabula tukozesa amaaso ag'okwagala n'okusaasira.

Bino bye byaliwo Lekobowaamu, mutabani wa Sulemaani, bwe yadda ku ntebe. Abantu bajja gyali ne bamwegayirira okubakendeereza ku mirimu egyali gibayinza obungi (1 Bassekabaka 12:3-4). Abantu ba Isiraeri baali babonaabona olw'emirimu emingi era egy'amaanyi gye baali balina okukola mu kuzimba okwaliwo mu kiseera kya Sulemaani

Singa Lekobowaamu ddala yali ayagala abantu era ng'atya Katonda, yandirowoozezza ku musolo omunene gwe baabigikibwanga saako emirimu egy'amaanyi gye baalinanga okukola, era n'agezaako okukifunira amagezi naye teyakikola.

Yabagamba bakomewo gyali oluvannyuma lwe nnaku ssatu era bwatyo ne yeebuuza ku bakadde abaali baweerezza kitaawe Sulemaani ate ne yeebuuza ne ku mikwano gye bwe baali benkana emyaka. Abakadde ne bamuwa amagezi awulirize kye bamugamba era bakisalira amagezi, kyokka mikwano gye bo ne bamugamba ayongere kubeera mukambwe nti olwo abantu lwe bajja okumuwa ekitiibwa Lekobowaamu omusirusiru bwatyo n'alekawo amagezi g'abakadde n'agenda n'aga mikwano gye.

Nalyoka agamba abanti nti, "Kitange yafuula ekikoligo kwammwe ekizibu, naye nze ndyongera ku kikoligo kyammwe, kitange yabakangavvula na nkoba, naye nze ndibakangavvula na njaba ez'obusagwa" (1 Bassekabaka 12:14). Era ekyavaamu, amawanga ga Isiraeri kkumi ne bava ku Lekobowaamu eyali talina kwagala na kusaasira. Ne batikkira Yerobowaamu nga kabaka waabwe era ne batandika obwakabaka obw'omu mambuka ga Isiraeri.

Okusobola obutabeera na kyekuubiira oba obulimba, eky'okubiri, tulina tetulina kwanguyiriza mu kusalawo nga tusinziira ku balala bye batugambye.

Bwe tubeera ne kyekubiira, tetusobola kutegeera mazima bulungi ne bwe twerabirako wadde okwewulirira kwekyo ekibaddewo. Bwe tumala gabuukira kintu ne tusalawo okusinziira ku ndowooza zaffe oba nga tusinziira kw'ebyo abalala bye batugambye, ebiseera ebisinga tujja kukola ensobi.

Bino bye byaliwo ng'abaana ba Isiraeri bawamba ensi y'e Kanani. Bwe baamala okusuula ekibuga Yeriko ne Ayi, abantu b'omu nsi ye Kanani ne batya nnyo, era ne beegatta ng'amawanga okulwanyisa Isiraeri. Naye abantu ba Gibyoni, abaali babeera mu mambuka g'obukiika kkono bwa Yerusaalemi, baali bagala bakole endagaano y'emirembe ne Isiraeri.

Katonda yali yalagidde dda Isiraeri obutakola ndagaano ya kika kyonna ka kibe ki. Kino kyali bwe kityo, olw'okutya nti baali bajja kwonoonebwa n'eby'obuwangwa bw'aba Kanani. Kyokka baali bakkirizibwa okukola endagaano n'abantu abava ewala okuva mu nsi eyeesudde Kanani. Abantu ba Gibyoni ne bategeera ensonga eno era ne bakola olukujjukujju.

Ne basindika abantu okujja eri Isiraeri nga balina ensawo enkadde, n'amaliba amakadde nga n'emmere yonna eyentanda yaabwe ng'ekaliridde okulowoozesa Abai siraeri nti baali bava wala ddala (Yoswa 9:3-6). Yoswa n'abantu ne bakakkana bwe baalaba engeri gye baali bafaanana ku ngulu.

Yoswa n'akola n'abo endagaano nga tanoonyerezza mu bujjuvu ku nsonga eno, wadde okwebuuza ku Katonda. Oluvannyuma lw'ennaku ssatu ne bakitegeera nti abantu abo baali bava Gibyoni, naye baali baamaze dda okukola endagaano n'abo. Era ekyavaamu, Abaisiraeri baalina okuleka Abagibyoni okubeera mu nsi wamu n'abo, so nga bandibadde bagibagobamu.

Bwe tumala gakkiriza abalala bye batugambye awatali kwongera kwekenneenya nsonga, ebiseera ebisinga tuyinza okukola ensobi. Kino kituukira ne ku bulamu bwaffe obwa bulijjo. Bwe tulowooza nti tugenda kufuna amagoba mangi, tutera okukkiririza mu balala mangu nnyo.

Eky'okulabirako, bw'oteeka mu kintu ensimbi ennyingi olw'okuba wawulira nti kifuna, oyinza kunenya ani bwe bakunyaga oba bw'ogwa mu loosi ey'amaanyi? Kyokka bw'ofuna obubaka ku bizinensi nti efuna, olina okusooka okugirowoozaako, era n'ogyekkenneenya mu ngeri zonna. Olina okulaba oba abo abagala okukola naawe b'amazima oba nga ddala bizinensi eyo esobola okukola amagoba. Ennono eno tetuukira ku bizinensi zokka. Tulina n'okubeera abeegenderezza mu kusalwo ku bintu bye tulaba ne bye tuwulira, tulyoke tubeere n'omutima ogw'amazima era n'obwenkanya

Okusobola obutabeera na kyekuubiira oba obulimba, ekisembayo, tulina okweggyako obukyayi n'okweyagaliza.

Abantu abasinga battira nnyo ku liiso abantu abo ababalinaanye oba abo ababayisa obulungi. Eky'okulabirako, omuntu atali mukwano gwaffe nnyo bw'amenya amateeka tugamba nti, "Talina mpisa.Tagoberera mateeka era kyetwala." Naye omuntu ow'omu maka gaffe oba mikwano gyaffe bwe bamenya amateeka, tulowooza bwe tuti nti, ayinza okuba yabadde n'ensonga eyakimukozesezza.

Tulina enjogera egamba nti, "olutalo lw'abaana tewayita kabanga ne lufuuka olutalo lw'abazadde." Abaana baabwe bwe bakubibwa ebweru eyo mu kuzannya, obusunga bw'aba maama bulinnya nga tebannalowooza ne kw'ani mutuufu ani mukyamu. Tebalowooza ku baana baabwe nti bayinza okuba beebakubye abaana b'abalala, naye banyiiga bunyiizi kubanga abaana baabwe bakubiddwa.

Bwe tubeera mu lukiiko, omuntu gwe tutayagala bw'abaako ekiteeso kyaleeta, olw'okuba tetumwagala tulaba ebyo byokka ebibi ebiri mu kiteeso kye. Ku ludda olulala, mukwano gwaffe ennyo bwabaako ekiteeso kyaleeta, tulaba ebyo byokka ebirungi ebiri mu kiteeso.

Bwe tubaako ekintu kye twogedde oba ne tulowooza ku kintu, bwe twewuliramu obubi mu ngeri yonna oba ne tuwulira nga twandibaamu okweyagaliza mu ngeri yonna, Tulina okubeera abeegenderezza tuddemu twetunulemu nate. Naddala bwe kituuka kw'abo be twagala oba mikwano gyaffe, tulina okubeera nga tusobola okukola n'okwogera mu ngeri ey'obwenkanya n'amazima. Abo abali mu bifo eby'obukulembeze mu kampuni oba ebitongole balina okubeera abeegenderezza ennyo. Bayinza okulowooza nti okusalawo kwabwe kwabadde kulungi, naye abantu abalala bayinza obutakiraba bwe batyo.

Okwawulawo wakati w'amazima n'obulimba

Bwe tweggyako obubi ne tufuuka abantu abatukuziddwa, tusobola okutegeera emitima gy'abantu ne tutegeera n'ekifaananyi kyonna eky'embeera ebeera mu maaso gaffe. Tujja kusobola okutegeera emitima gy'abalala okusinziira ku mazima okuyita mu kulung'amizibwa kw'Omwoyo Omutukuvu.

N'olwekyo, okusobola okutegeera okwagala kwa Katonda awatali kwekubiira kwonna n'obunnanfuusi, tulina okusooka okutukuzibwa. Kwe kugamba, tulina okuggya mu mitima gyaffe ebibi byonna n'obubi gamba nga obukyayi, obusungu, obuggya, okweyagaliza, okusala emisango, okukolokota, okusingisa abalala emisango, amalala n'okwemanya. Tusobola okusalawo bulungi bwe tulowooza mu bulungi mu buli kimu era ne tutegeera amazima mu mirimu gy'Omwoyo Omutukuvu. Olwo nno, tetujja kusala misango oba okukolokota abalala kubanga tujja kulowooza ku buli kimu mu bulungi. Bwe kitaba bwe kityo, tujja kusalawo mu buli kintu okusinziira ku ndowooza zaffe, ekijja okuviirako okubeera nga tetutegeera abantu abamu oba okuyisa obubi abalala.

Yesu yayogera mu Matayo 7:5, "Munnanfuusi ggwe, sooka oggyeko enjaliiro ku liiso lyo ggwe; olyoke olabe obulungi okuggyako akantu ku liiso lya muganda wo." Bwe tutabeera na kwagala mu ffe, tetusobola kulaba njaliiro eri mu maaso gaffe kyokka ne tulengera nnyo akantu akali ku liiso ly'omulala n'okwekubiira saako obulimba.

N'olwekyo, katubeere n'okwagala wamu n'okusaasira tuleme okusala emisango wadde okukolokota omuntu yenna n'omutima ogwekubidde oba omulimba. Kansuubire nti ojja kweggyako n'obubi obwo obuli munda ddala w'omutima ogwo omulungi, era okwate buli mbeera yonna mu mazima n'obwenkanya.

Essuula 8

Ekibala Eky'obutuukirivu Ekisigibwa mu Mirembe

Okukola ekyo ekituufu mu maaso ga Katonda

Obutuukirivu mu maaso ga Katonda

Okukungula ekibala eky'obutuukirivu ekisigibwa mu mirembe

Bala ebibala bingi eby'obutuukirivu mu magezi amalungi

Emikisa gy'abo abaleetawo emirembe

"Era ekibala eky'obutuukirivu kisigibwa mu mirembe eri abo abaleeta emirembe."

(Yakobo 3:18)

Kabaka tatta, omusaakiriza yatta. Kyokka wadde abantu abamu bamanyi enjogera eno ebiseera ebimu beeyisa mu ngeri eno. Eky'okulabirako, omuntu bw'aba anyiize, babeera basuulayo ebigambo ate ebijja okwongera okumunyiiza.

Omwami n'omukyala basobola okuyombera akantu akatono ne bamala googera ekigambo nga 'Ye lwaki tetwawukana!' Kuno kubeera nga kusaakiriza okwongera okusajjula embeera. Waliwo ebigambo ebisoomooza ebyongera okusiikuula obusungu bw'omuntu omulala. Era nga byongera bwongezi okwonoona embeera bwe lutyo olutalo nga terujja kuggwa. Bwe tubeera n'amagezi ag'emirembe, tujja kusobola okubeera mu mirembe na buli muntu mu mbeera yonna nga tubategeera n'okubawambaatira.

Okukola ekyo ekituufu mu maaso ga Katonda

Yakobo 3:17-18 wagamba, "Naye amagezi agava waggulu okusooka malongoofu , nate ga mirembe, mawombeefu, mawulize, agajjudde okusaasira n'ebibala ebirungi, agatalina kwawula, agatalina bunnanfuusi. Era ekibala eky'obutuukirivu kisigibwa mu mirembe eri abo abaleeta emirembe."

Emirembe egyogerwako mu lunyiriri 17 okusinga gye gyo gy'olina okukuuma n'abantu abalala, so nga emirembe mu lunyiriri 18 kwe kubeera mu mirembe ne Katonda. Okubeera mu mirembe ne Katonda kitegeeza nti tetulina musanvu gwonna ogw'ekibi oguyimiriddewo wakati waffe ne Katonda. Bwe tuteekateeka ebibala byonna mu lunyiriri 17 okubeera abalongoofu, ab'emirembe, abawombeefu, abawulize, abajjudde okusaasira n'ebibala ebirungi, abatalina kwawula, wadde obunnanfuusi, olwo nno tujja kubeera abantu abaleeta emirembe. Kye tusiga mu mirembe tujja kukikungulira mu butuukirivu.

Naye olumu, abantu balowooza ku mirembe wakati waabwe n'abantu abalala kyokka ne bamenyawo emirembe wakati waabwe ne Katonda. Nga bali mu kujeemera amazima n'okwekkiriranya n'obutali butuukirivu, balowooza nti bagezi kubanga balina emirembe. Oba olumu ebirowoozo byabwe binafuyizibwa olw'enkolagana gye balina n'abalala, era bwe batyo ne bajeemera Ekigambo kya Katonda.

Eky'okulabirako ekirungi ye muntu eyeeyimirira omulala nga yeeyama okukola ekintu oba mu kwewola sente. Bayibuli etugamba nti tetweyimiriranga omuntu eyeewola era tetubeeranga n'ebbanja wabula ebbanja eryokwagala. Engero 22:26 wagamba, "Tobanga ku muwendo gw'abo abakuba mu ngalo, newakubadde ogw'abo abeeyimirira amabanja." Abaruumi 13:8 wagamba, "Temubeeranga na bbanja lyonna eri omuntu yenna, wabula okwagalana, kubanga ayagala muntu munne, ng'atuukirizza amateeka." Okuva edda mbaddenga njigiriza ekibiina nti walemenga okubangawo okuwanyisa sente wakati w'ab'oluganda mu kukkiriza, kubanga abantu bajja kwessittala.

Kyokka mukwano gwabwe bw'abasaba bamweyimirire oba okumuwola sente ateeke mu bizinensi ye, abantu abamu beerabira ebigambo bino. Tekubeera kwagala ggwe okweyimirira muganda wo kubanga ali mu buzibu yeetaaga okuyambibwa. Kibeera kya busiru, era weereetera buzibu. Bw'oba ng'omwagala nnyo muwe kye yeetaaga. Kubanga bwe kitaabe bwe kityo, mujja kufuna obuzibu olw'ensimbi, era mutandike okukyawagana wakati wammwe.

Embeera eyo etuukawo kubanga babeera balowooza ku mirembe wakati waabwe n'abantu naye ne batalowooza ku mirembe wakati waabwe ne Katonda. Era tulina okubeera nga tusobola okwawulawo bulungi wakati w'okwekkiriranya n'ensi olw'ebyo bye tufunamu n'okuleetawo emirembe ku lw'okuweesa Katonda ekitiibwa.

Mikwano gya Danyeri esatu baatwalibwa mu buwambe ku myaka emito, kyokka wadde guli gutyo baasigala batambulira mu mateeka ga Katonda. Olw'ensonga eno Katonda yabafuula bagezi. Olumu baasisinkana okusoomoozebwa olw'okukkiriza kwabwe. Baategezebwa nga bwe bajja okusuulibwa mu muliro okujjako nga bavuunnamidde ekibumbe ekyateekebwawo kabaka. Bandibadde bavunnama mu maaso g'ekibumbe engeri gye gwali omulundi ogumu gwokka ne basobola okubeera n'emirembe ne kabaka. Naye, kino kyali kibi kinene mu maaso ga Katonda era nga kyali kijja kumalawo emirembe wakati waabwe ne Katonda.

Bwe batyo ne basalawo okugoberera emirembe ne Katonda ne bateeka obulamu bwabwe mu katyabaga bwe baamenyawo emirembe ne kabaka. Era ekyavaamu, Katonda yalaga obutuukirivu bwabwe mu ngeri ey'amaanyi. Kabaka yanyiiga nnyo kubanga baagaana okumuwuliriza, era n'ateeka etteeka basuulibwe mu kikoomi ky'omuliro ekyali kyokya emirundi musanvu ku muliro ogwa bulijjo. Naye tebaatuusibwako bulabe bwonna; wadde oluviiri olumu ku mutwe gwabwe twerwaggya. Bwe yamala okulaba ku kyamagero kino, kabaka yagulumiza nnyo Katonda era n'ayimusa abasajja abo abasatu (Danyeri 3:28-30).

Bwe baakuuma emirembe ne Katonda tebaafuna mikisa gyokka, wabula baafuuka abaleetawo emirembe wakati wa Katonda n'abantu abalala.

Ffe okusobola okufuuka abaleetawo emirembe, kikulu nnyo okutambulira mu butuukirivu bwa Katonda mu kifo ky'okutambulira mu butuukirivu bw'abantu. Okuva 15:26 wagamba, "Oba nga oliwulira nnyo eddoboozi lya MUKAMA Katonda wo, n'okola obutuukirivu mu maaso Ge…," Watubuulira nti obutuukirivu mu maaso ga Katonda n'obutuukirivu mu maaso g'abantu bya njawulo.

Abatakkiriza bangi basobola okugamba nti kirungi okwesasuza. Naye Katonda agamba kirungi okwagala buli muntu, n'abalabe baffe. Abantu bagamba nti omuntu mutuukirivu bwalemera ku byakkiririzaamu. Naye Katonda tagamba nti omuntu ng'oyo mutuukirivu, oyo agezaako okumalawo emirembe olw'okuba akalambira ku nsonga ye nti ye ntuufu.

Obutuukirivu mu maaso ga Katonda

Okusinziira ku ngeri ensi gyerabamu ebintu, bagamba nti omuntu tabeera mubi bw'abeera ng'ekibi takitadde mu nkola, wadde ng'omutima ggwe gujjudde ebintu nga obukyayi, obusungu, ensaalwa, okuyomba, okwaka, n'okweyagaliza. Naye Katonda agamba omuntu mubi kasita abeera n'obubi mu mutima gwe wadde abutadde mu nkola oba nedda. Nga bwe kinyonyoddwa, obutuukirivu bw'abantu bwanjawulo ku butuukirivu bwa Katonda.

Omubuulizi 12:13 wagamba, "Ekigambo ekyo we kikoma wano, byonna biwuliddwa, otyanga Katonda, okwatanga ebiragiro Bye, kubanga ekyo bye byonna ebigwanira omuntu." Bayibuli etugamba tukolenga, obutakolanga, okukuumanga, okusuula eri ebintu ebimu, etugamba ebintu nga 'musabenga, mwagalenga, temubbanga, temuyendanga, mukuumenga olunaku olwa Sabbiiti nga lutukuvu, mwewalenga buli kika kya bubi', n'ebirala bingi. Bwe tutambulira mu bigambo ebyo byonna, kwe kuteekateeka obutuukirivu mu maaso ga Katonda.

Bwe kiba nti obutuukirivu bw'abantu bwanjawulo ku butuukirivu bwa Katonda, olwo nno tulina okugoberera ekituufu mu maaso ga Katonda. Naye nga ddala, abantu abasinga balondawo ekyo ekituufu mu maaso gaabwe.

Abantu abamu bagamba nti bakkiririza mu Katonda, naye tekirina buzibu okusinza ebifaananyi, okuvuunnamira ba jjajja ne babasinza, oba okugenda mu balaguzi. Bagamba ebyo bya buwangwa bwabwe. Oba bagamba bwe tunaanyiiza abantu baffe abatali bakkiriza nga tetusinzizza bifaananyi, kijja kubeera kizibu okubabuulira enjiri. Naye nga mu makulu ag'omwoyo, kwe kugondera omulabe Setaani omulyolyomi. Emirembe wakati wo ne Katonda bwe gimenyebwa, Katonda abeera takyayinza kukola era okubuulira enjiri abantu b'ewammwe nakwo ne kulwisibwawo.

Engero 16:7 wagamba, "Amakubo ag'omuntu bwe gasanyusa MUKAMA Atabaganya naye era n'abalabe be." Nga bwe kyogera, bwe tusooka okubeera mu mirembe ne Katonda tusobola okubeera mu mirembe n'abantu. Kyokka bwe tumalawo emirembe ne Katonda tusobole okubeera n'emirembe n'abantu, emirembe egy'ekika ekyo gisobola okumenyebwawo ekiseera kyonna era tegituyamba mu ngeri yonna.

Okukungula ekibala eky'obutuukirivu ekisigibwa mu mirembe

Kituufu ne bwe tubeera tetuvuunnamidde bifaananyi, ebivaamu bisobola okubeera ebirungi bwe tweyisa mu ngeri ey'amagezi. Bwe tubeera nga tusobola okubuulira abantu b'ewaffe enjiri n'ebigambo ebirungi era eby'amagezi nga tuyambibwako Omwoyo Omutukuvu, kibeera kirungi nnyo. Naye nga kisingako okusirika obusirisi. Bwe tusaba mu kasirise era ne tufuuka ekitangaala era omunnyo gw'ensi era ne tuweza obulungi mu maaso ga Katonda obutalekaayo, olwo nno abantu b'ewaffe bajja kufuna omukisa okufuna obulokozi.

Naye abantu abamu bapapiriza mu kukola ebintu era ne bamaliriza nga tebikoze. Balemera ku kye balowooza nga bwe bakozesa ebigambo eby'amaanyi oba n'okuyomba n'obusungu ne batuuka n'okuwuliza obubi abeewaabwe. Okubuulira enjiri abawaka bwe kulwisibwawo olwa kino, tulina okukitegeera nti ffe tulwisizaawo ebintu ne bibeera nga byetooloola bwetooloozi. Ne bw'oba nga ggwe mutuufu, tegabeera magezi okwereetera okukaluubirizibwa ng'okola ebintu ebiteetaagisa ggwe by'oyita ebituufu.

Yesu yali mutuukirivu mu bigambo Bye byonna ne mu bikolwa Bye aleme okuwa omuntu omwagaanya okubeera ng'amukolokota. Teyakola bitasaana eri omuntu yenna. Yakola emirimu mingi naye nga taleeseewo mutawaana gwonna. Embeera yonna yagikwataganyanga bulungi mu mirembe n'obukakkamu.

Ne bwe tubeera nga twagala Katonda era ne tugezaako okutuukiriza obutuukirivu Bwe, tuyinza okunyiiza abalala oba okumenya emitima gyabwe bwetubeera n'ebigambo wamu n'ebikolwa ebitatuukiridde. N'olwekyo, tetulina kwogera nti, "Oyo yanyiize kubanga n'amugambye amazima, siyinza kusirika busirisi." Tulina okulowooza ku ngeri Yesu gye yeeyisangamu tusobole okufuna eby'okuddamu mu magezi.

Tetulina kulondako ekisinga obulungi mu maaso ga Katonda kyokka, wabula tulina n'okufuna amagezi agasingayo mu ngeri gye tukikola. Olwo nno tusobola okufuna eby'okuddamu n'emikisa mu bwangu era tusobola okubeera mu mirembe na buli muntu.

Emirembe ne Katonda tekikoma ku kubeera n'emirembe wakati

waffe ne Katonda kyokka. Wabula kizingiramu n'okubeera omwesigwa mu byonna mu nnyumba ya Katonda. Okubeera omwesigwa mu byonna mu nnyumba ya Katonda kitegeeza nti tuli beesigwa mu buli mbeera yonna ey'obulamu bwaffe. Abantu abeesigwa mu ngeri eyo bajja kubeera mu mirembe n'abantu abalala okuyita mw'ebyo bye bakola, okwewaayo, okwagala, n'okugaba. Bwe tubeera n'emirembe ne Katonda mu ngeri eno, buno bujja kufuuka obutuukirivu bwaffe. Tujja kubeera bavumu mu maaso ga Katonda, bwe tutyo tunaafuna eby'okuddamu eri buli kyonna kye tusaba era tubale ebibala eby'emikisa buli wamu.

Bala ebibala bingi eby'obutuukirivu mu magezi amalungi

Nga kitandikira ku Adamu, abantu bonna baafuuka b'onoonyi era twali tetuyinza kubeera na mirembe ne Katonda kubanga Ye mutukuvu. Naye Yesu ataalina kibi yatufiirira ku musalaba n'afuuka omutango ogw'ebibi byaffe. Yatuggulirawo ekkubo ffe okusobola okufuuka abaana ba Katonda abalina emirembe ne Katonda nga bakkiririza mu Yesu Kristo.

Abaruumi 5:1 wagamba, "Kale bwe twaweebwa obutuukirivu olw'okukkiriza, tubeerenga n'emirembe eri Katonda ku bwa Mukama waffe Yesu Kristo." Olwo, tulina kukola ki okusobola okubeeranga mu mirembe ne Katonda?

Okusonyiyibwa ebibi si y'enkomerero. Bwe tukkirizibwa olw'okukkiriza, tulina okukula okubeera n'okukkiriza okutuufu okugobererwa ebikolwa. Tulina okweggyako ebibi n'obubi era ne tuteekateeka embala ez'obutuukirivu bwa Katonda mu mitima gyaffe. Bwe tugenda mu maaso n'okutambulira mu kibi, emirembe gyaffe ne Katonda gijja kumenyebwawo.

Katonda yawaayo Omwana We omu yekka asobole okubeera mu mirembe naffe, kale tetulina kumalawo mirembe gino nga kiva ku ludda lwaffe. Tulina okwanguwa okweggyako ebibi byonna n'obubi. Mu kukola kino, tujja kweyongera okubeera mu mirembe ne Katonda era tubeere n'enkolagana ey'ebuziba naye. Tulina okubeera nga tujjudde ebibala eby'obutuukirivu nga Ibulayimu.

Omutima gwa Ibulayimu gwali mulungi nnyo mu maaso ga Katonda. Yali asobola okugumiikiriza abantu bangi. Olunaku lumu, abaweereza ba Abimereki, kabaka wa Gerali, baali bawambye enzizi za Ibulayimu. Olwa kino Ibulayimu ne yeemulugunya eri Abimereki. Abimereki n'agamba mbu yali takimanyiiko eky'abaddu be kye baali bakoze (Olubereberye 21:26), Ibulayimu teyayongerako. Ibulayimu teyayagala kuswaza Abimereki oba okwagala okumusasuza. Yali ayagala bwagazi kumugambako ku kyali kigenda mu maaso n'okulaba nti tekiddamu kubeerawo. Ibulayimu n'akola endagaano ne Abimereki ku lw'enzizi ezo ng'amuwa endiga n'ente, waleme okubaawo obutakkaanya.

Ne mukutwalayo okwemulugunya kwe, era yali anoonya mirembe, era mu kunoonya emirembe, yafuba okulaba nti buli kimu kirambululwa bulungi wakati w'enjuyi zombi. Olw'okuba abaddu ba Abimereki be baalina ensobi, Abimereki ye yali alina okuliyirira Ibulayimu olw'enzizi ezo. Kyokka ate, Ibulayimu ye yawaayo endiga n'ente eri Abimereki. Mu ngeri eno, Abimereki n'agonda okuva ku mutima gwe. N'alabula abaddu be obutaddamu kukwata ku nzizi za Ibulayimu. Mu ngeri eno, Ibulayimu buli kimu yakikwata mu ngeri etuukiridde n'amagezi ag'obulungi.

Bwe tubeera n'amagezi ag'obulungi okubeera nga tuleetawo emirembe, tusobola okutuukiriza obwakabaka bwa Katonda mu bwangu. Ne bwe wabeerawo omuntu atuwakanya, tusobola okumuzza ku luuyi lwaffe bwe tukwata ku mutima gwe n'amagezi ag'obulungi. Amagezi ng'ago gasobola okutuweebwa bwe tubeera n'omutima ogusobola okuwaayo bye tulina era ne tutambulira mu mazima awatali okweyagaliza okw'omubiri.

Era, Ibulayimu yali w'amazima kubanga teyalina bulimba mu ye. Era yalina n'omutima ogw'okugondera okwagala kwa Katonda ne bwe kwalinga kufaanana kutya, kale bwatyo yalina emirembe ne Katonda. Katonda bwe yamugamba nti, "Va mu nsi ya nnyo, era awali ekika kyo, n'ennyumba ya kitaawo, oyingire mu nsi gyendikulaga" (Olubereberye 12:1), yagonda bugonzi awatali kuwalira kwonna oba okuwulira obubi.

Engeri gye yalina omutima ng'ogwo, Katonda yamusuubiza nti yali agenda okumuwa ezzadde eritabalika ng'emmunyeenye ez'omu bbanga okuyita mu mwana we Isaaka. Ibulayimu yagonda Katonda ne bwe yamugamba okuwaayo omwana we Isaaka, gwe yafunira ku myaka 100, ng'ekiweebwayo ekyokebwa. Teyawalira kubanga yalina okukkiriza okujjuvu mu Katonda oyo eyali asobola okuzuukiza abafu. Katonda yamanya nti Ibulayimu yali ajja kugonda era n'ategeka omwana gw'endiga Ibulayimu gwe yali ajja okuwaayo Gyali (Olubereberye essuula 22).

Ibulayimu yafuna emikisa egikulukuta egya Katonda olw'okuba yamugondera. Amazzi gaali gakekwa mu nsi eyo mwe yali abeera, naye nga mu kitundu kye, mulimu amazzi agamala. Yalina ente nnyingi, yalina feeza ne zaabu nga bingi. Yali mugagga. Katonda yali wamu naye yonna gye yagendanga, era buli kimu kyamutambuliranga bulungi mu ntambula ze zonna kubanga yagonderanga ebigambo bya Katonda mu bujjuvu.

Emikisa gy'abo abaleetawo emirembe

Abo abalina emirembe ne Katonda bajja kuleetera n'abalala okubeera mu mirembe ne Katonda, abantu abo basobole okufuna emikisa. Ibulayimu yalina emirembe ne Katonda bwatyo n'omwana wa muganda we Lutti naye bwatyo n'afuna omukisa. Olwa Musa, eyali omuvumu mu maaso ga Katonda, abaana ba Isiraeri bonna baasonyiyibwa n'okusaasirwa Katonda. Abantu baakola ebibi ebinene nga beemulugunya ku Katonda ne beekolera n'okusinza ennyana. Musa kwe kusaba eri Katonda nga yeegayirira ku lwabwe basonyiyibwe wadde nga kyali kitegeeza ye okugwa mu Ggeyeena.

"Musa n'addayo eri MUKAMA, n'ayogera nti, 'Woo! abantu abo bayonoonye ekyonoono ekinene, ne beekolera bakatonda aba zaabu. Naye kaakano, bwonoosonyiwa ekyonoono kyabwe, naye bw'otoobasonyiwe, osangule nze, nkwegayiridde mu kitabo kyo kye wawandiika!'" (Okuva 32:31-32).

Bwe tuba nga tusobola okulung'amya emyoyo egiwera eri Katonda ne tugiganya okubeera n'emirembe ne Katonda, tusobola okuyitibwa abaana ba Katonda abatuufu. Matayo 5:9 wagamba, "Balina omukisa abatabaganya; kubanga abo baliyitibwa Baana ba Katonda."

Wadde Yusufu yatundibwa mu nsi engwiira ng'omuddu era ne bamusiba, yasigala yeesiga Katonda era yasigala mwesigwa mu maaso ga Katonda. Bwatyo Katonda yamuwa amagezi n'asobola okuvuunula ekirooto Falaawo kye yaloota. Ekirooto kyali nti, Misiri yali ejja kubeera n'ekyengera okumala emyaka musanvu egyo gigobererwe emyaka emirala musanvu egy'enjala. Era, Katonda yawa Yusufu amagezi ye okubeera ng'amanya bwe bayinza okuvuunuka enjala eyo.

Era ekyavaamu Yusufu n'afuuka katikkiro we Misiri, nga lye lyali eggwanga erisinga amaanyi mu kiseera ekyo. Yawonya Misiri enjala okumala emyaka egyo omusanvu n'ayongera ku bugagga bwa kabaka. Era, yawonya bazadde be ne baganda be enjala era ekyavaamu n'aggulawo ekkubo ery'okununula abaana ba Isiraeri.

Abo abalina emirembe ne Katonda wamu n'amagezi ge bafuna okuva waggulu basobola okubudaabuda n'okuleetawo emirembe eri abantu bangi, nga babakulembera eri ekkubo ery'emikisa. Amagezi ga Katonda kye Kigambo kya Katonda kye nnyini ekyawandiikibwa mu Bayibuli. Bwe tukuuma amateeka, era ne tweggyako obubi, era n'omutima ogwo ogutalina bubi, ogutukuziddwa bwe tufuna okulung'amizibwa okw'Omwoyo Omutukuvu, olwo nno amagezi ga Katonda gajja gye tuli.

Kansuubire nti ojja kujjukiranga embala zonna gamba nga okubeera omulongoofu, ow'emirembe, omuwombeefu, omuwulize; ajjudde okusaasira n'ebibala ebirungi; atayawulamu wadde okubeera n'obunnanfuusi; n'okubeera n'emirembe ne Katonda wamu n'abantu. Wadde tutambulira mu mazima, tulina okwekeberanga bulijjo okusobola okutuuka ku butuukirivu tusobole okukulembera emyoyo egitabalika eri obulokozi.

Nsaba mu linnya lya Mukama nti munaabeeranga abatabaganya era abatambulira mu mirembe wamu n'emikisa gya Katonda. Nsaba era nti musobole okubala ebibala bingi eby'obutuukirivu musobole okwaka ng'enjuba mu bwakabaka obw'omu ggulu.

Ebifa ku Muwandiisi:
Dr. Jaerock Lee

Dr. Jaerock Lee Yazaalibwa Muan, ekisangibwa mu ssaza lye Jeonnam, mu Nsi ye Korea, mu mwaka gwa 1943. Ng'ali mu myaka amakumi abiri, Dr. Lee yabonaabona n'endwadde nnyingi ez'olukonvuba okumala emyaka musanvu era ng'alinda bulinzi kufa awatali ssuubi lya kuwona. Wabula lumu mu biseera eby'omusana mu mwaka gwa 1974, yatwalibwa mwannyina mu kanisa era bwe yafukamira wansi okusaba, amangu ago Katonda Omulamu n'amuwonya endwadde ze zonna.

Okuva Dr. Lee bwe yasisinkana Katonda Omulamu okuyita mu ngeri ennungi bw'etyo, ayagadde Katonda n'omutima gwe gwonna era n'amazima, era mu mwaka gwa 1978 yayitibwa okuba omuweereza wa Katonda. Yasaba n'amaanyi ge gonna n'okusiiba asobole okutegeera obulungi okwagala kwa Katonda, alyoke akutuukirize mu bujjuvu era agondere Ebigambo bya Katonda byonna. Mu 1982, yatandika ekanisa eyitibwa Manmin Central Church esangibwa mu kibuga Seoul, eky'omu nsi ye Korea, era eby'amagero bya Katonda ebitabalika, omuli okuwonya okw'ebyamagero bizze bibeerawo mu kanisa ye.

Mu 1986, Dr. Lee yatikkirwa ku mukolo Annual Assembly of Jesus ogwali mu Sungkyul Church of Korea, n'afuuka omusumba era oluvanyuma lw'emyaka ena mu mwaka gwa 1990, obubaka bwe bwatandika okuzanyibwa ku butambi mu nsi ya Australia, Russia, Philippines, n'ensi endala nnyingi ku mikutu nga Far East Broadcasting Company, Asia Broadcast Station, ne Washington Christian Radio System.

Nga wayise emyaka essatu mu 1993, Manmin Central Church yalondebwa okuba "emu ku kanisa 50 ezikulembedde mu nsi yonna" nga bino byafulumizibwa aba Christian World magazine (ng'efulumira mu Amerika) era n'afuna ekitiibwa ky'obwa Dokita mu By'eddiini okuva mu ttendekero eriyitibwa Christian Faith College, eky'omu kibuga Florida, ekisangibwa mu Amerika, era mu 1996 yaweebwa eky'obwa ssabakenkufu mu ttendekero lye Kingsway Theological Seminary, eky'omu kibuga Iowa, mu Amerika.

Okuva omwaka gwa 1993, Dr. Lee akulembeddemu okutambuza enjiri mu nsi yonna okuyita mu kuluseedi ennyingi z'akubye emitala w'amayanja nga kuluseedi eyali e Tanzania, Argentina, L.A., Baltimore City, Hawaii, ne New York City eky'omu Amerika, Uganda, Japan, Pakistan, Kenya, Philippines, Honduras, India, Russia, Germany, Peru, Democratic Republic of the Congo, Israel ne Estonia.

Mu 2002 empapula ez'amaanyi mu Korea z'amuyitanga "omusumba ow'ensi yonna" olw'emirimu gye mu nsi ez'enjawulo gye yakubanga Kuluseedi ennene ennyo. Naddala, kuluseedi ye ey'omu kibuga New York eyaliyo mu 2006 nga yayatiikirira nnyo, Kuluseedi eyali mu kisaawe ekimanyiddwa ennyo ekiyitibwa Madison Square Garden era nga yayita ku mpewo ku mikutu gy'empuliziganya mu nsi 220, mu kuluseedi gye yakuba mu Isiraeri mu mwaka gwa 2009 mu kifo ekiyitibwa International Convention Center (ICC) ekisangibwa mu Yerusaalemi era n'alangirira mu buvumu nti Yesu Kristo ye Mununuzi era Omulokozi.

Obubaka bwe bwatuuka mu nsi 176 okuyita ku setilayiti n'omukutu ogumanyiddwa nga GCN TV era mu mwaka gwa 2009 ne 2010 akatabo akamanyiddwa ennyo mu Russia kafulumya nti Dr. Lee y'omu ku bakulembeze b'eddiini 10 abasinga okukwata ku bantu, mu katabo Victory ne mu new agency Christian Telegraph olw'obuweereza bwe ku TV obw'amaanyi ne mu makanisa agali ebunaayira gasumba.

Weguweredde omwezi ogw'okuna 2015, Ekanisa ya Manmin Enkulu eweza ba memba abassuka mu 120,000. Waliwo amatabi g'ekanisa 10,000 mu nsi yonna, nga 56 gali mu nsi ye Korea, era aba minsani 123 beebakasindikibwa mu nsi 23, omuli Amerika, Russia, Germany, Canada, Japan, China, France, India, Kenya, n'endala nnyingi.

Ekitabo kino w'ekifulumidde, Dr. Lee abadde awandiise ebitabo ebirala 93, omuli ebisinze okutunda nga Okuloza ku Bulamu Obutaggwaawo nga si n'afa, Obulamu Bwange, Okukkiriza Kwanga I & II, Obubaka Bw'omusalaba, Ekigera Okukkiriza, Eggulu I & II, Ggeyeena, Zuukusa Isiraeri!! ne Amaanyi ga Katonda. Ebitabo bye bikyusiddwa okudda mu nnimi ezissuka mu 76.

Waliwo obubaka bwe obuwandiikibwa mu miko gye mpapula z'amawulire ng'olwa The Hankook Ilbo, The JoongAng Daily, The ChosunIlbo, The Dong-A Ilbo, The MunhwaIlbo, The Seoul Shinmun, The Kyunghyang Shinmun, The Korea Economic Daily, The Korea Herald, The Sisa News, ne The Christian Press.

Dr. Lee kati akola ng'omukulembeze w'ebitongole by'obu misani bingi saako ebibiina: nga ye Sentebe wa, The United Holiness Church of Jesus Christ; Ye Pulezidenti wa, Manmin World Mission; Permanent President, The World Christianity Revival Mission Association; Ye yatandika, Manmin Ttivvi; Ye yatandika era ali ku bboodi ya, Global Christian Network (GCN); Mutandisi era ye Ssentebe wa Bboodi ya, World Christian Doctors Network (WCDN); era ye yatandika era ye sentebe wa Bboodi ya, Manmin International Seminary (MIS).

Eggulu I & II

Ekifaananyi ekiraga ekifo ekirungi ennyo abatuuze b'omu ggulu mwe babeera n'ennyinyonyola ennungi ey'emitendera egy'enjawulo egy'obwakabaka obw'omu ggulu

Obulamu Bwange, Okukkiriza Kwange I & II

Evvumbe ery'omwoyo erisingayo obulungi erigiddwa mu bulamu obwameruka n'okwagala kwa Katonda okutatuukika, wakati mu mayengo g'ekizikiza, n'enjegere ezinyogoga saako obulumi obutagambika

Okuloza ku Bulamu Obutaggwaawo nga si n'afa

Obujjulizi bwa Dr. Jaerock Lee, eyazaalibwa omulundi ogw'okubiri era n'alokolebwa okuva mu kiwonvu eky'ekisiikirize eky'okufa era abadde atambulira mu bulamu bw'ekikristaayo obw'okulabirako

Ekigera Okukkiriza

Kifo kya kika ki eky'okubeeramu, engule n'empeera ebikutegekeddwa mu ggulu? Ekitabo kino kikuwa amagezi n'okukulung'amya okusobola okupima okukkiriza kwo osobole okuluubirira okukkiriza okusingayo obukulu.

Ggeyeena

Obubaka obw'amazima eri abantu bonna okuva eri Katonda, oyo atayagala wadde omwoyo ogumu okugwa mu bunnya bwa ggeyeena! Mujja kuzuula ebyo ebitayogerwangako ku bukambwa ate nga bwa ddala obuli mu magombe aga wansi aga geyeena.

www.urimbooks.com

www.ingramcontent.com/pod-product-compliance
Lightning Source LLC
LaVergne TN
LVHW021828060526
838201LV00058B/3563